ഡിജിറ്റൽ മാർക്കറ്റിംഗ് വഴികാട്ടി

ഡിജിറ്റൽ മാർക്കറ്റിംഗ് രീതികൾ

രാജ്മോഹൻ.പി.ആർ

ഡിജിറ്റൽ മാർക്കറ്റിംഗ് വഴികാട്ടി

ഡിജിറ്റൽ മാർക്കറ്റിംഗ് രീതികൾ
പഠിക്കാൻ താൽപര്യപ്പെടുന്നവർക്കായി ഈ
ബുക്ക് സമർപ്പിക്കുന്നു.

രാജ്മോഹൻ.പി.ആർ

ഉള്ളടക്കം

ആമുഖം   vii

മുഖവുര   ix

കടപ്പാട്   xi

അവതാരിക   xiii

1. ഡിജിറ്റൽ മാർക്കറ്റിംഗ്   1

2. ഡിജിറ്റൽ വിസിറ്റിംഗ് കാർഡ്   5

3. ഇന്റർനെറ്റ് മാർക്കറ്റിംഗ് (internet Marketing)   10

4. എന്താണ് ഓൺലൈൻ മാർക്കറ്റിംഗ്?   12

5. ഡിജിറ്റൽ മാർക്കറ്റിങ്ങിൻറെ പ്രാധാന്യം   19

6. ഡിജിറ്റൽ മാർക്കറ്റിംഗ് എന്തിന് ചെയ്യണം?   26

7. ഡിജിറ്റൽ മാർക്കറ്റിംഗ് -ശരിയായ മാർക്കറ്റിംഗ് രീതി   29

8. ഒരു വെബ്സൈറ്റ്   32

9. ശക്തമായ ഒരു ബ്രാൻഡ് വികസിപ്പിക്കുക   35

10. ഡിജിറ്റൽ മാർക്കറ്റിംഗ്-പ്രധാന ഘടകങ്ങൾ   37

11. എങ്ങനെ മികച്ച രീതിയിൽ ഡിജിറ്റൽ മാർക്കറ്റിംഗ്   54
    ഉപയോഗിക്കാം ?

12. ആമസോണിൽ നിങ്ങളുടെ ഉൽപ്പന്നം എങ്ങനെ   64
    വിൽക്കാം?

13. സൗജന്യ ഓൺലൈൻ സർട്ടിഫിക്കറ്റ് കോഴ്സുകൾ 75

14. ഒരു മുതൽമുടക്കും ഇല്ലാതെ ഒരു ധനകാര്യ   77
    സ്ഥാപനം തുടങ്ങാം

ആമുഖം

ഡിജിറ്റൽ മാർക്കറ്റിംഗ് വഴികാട്ടി

നിങ്ങളുടെ ടാർഗറ്റ് ഓഡിയൻസിനേയും അവരുടെ ഇഷ്ടാനിഷ്ടങ്ങളെയും മനസ്സിലാക്കിക്കൊണ്ട് ഡിജിറ്റൽ ആയി നിങ്ങളുടെ ബിസിനസ്സിനെ അവരിലേക്ക് മാർക്കറ്റിംഗ് ചെയ്യുന്ന രീതിയാണ് ഡിജിറ്റൽ മാർക്കറ്റിംഗ്. നിങ്ങളുടെ ബിസിനസ് വളരാനും ബ്രാൻഡ് ഇമേജ് വളരാനും നിങ്ങളുടെ കമ്പനി ഓഫർ എന്നിവ ജനങ്ങൾക്കിടയിലേക്ക് എത്തിക്കാനും ഡിജിറ്റൽ മാർക്കറ്റിംഗ് നിങ്ങളെ സഹായിക്കുന്നു.

രാജ്മോഹൻ.പി.ആർ

മുഖവുര

ഡിജിറ്റൽ മാർക്കറ്റിംഗ് വഴികാട്ടി

ആധുനിക കാലഘട്ടത്തിലെ ഡിജിറ്റൽ മാർക്കറ്റിംഗ് രീതികൾ

പഠിക്കാൻ താൽപര്യപ്പെടുന്നവർക്കായി മലയാളത്തിൽ ബുക്കുകൾ

വിരളമാണ് . അതുകൊണ്ടു തന്നെ ഈ ബുക്ക് മാർക്കറ്റിംഗ്

രംഗത്തും ബിസിനസ് രംഗത്തും ഉള്ളവർക്ക് ഒരു വഴികാട്ടി

ആകുമെന്ന് പ്രത്യാശിക്കുന്നു.

രാജ്മോഹൻ.പി.ആർ

കടപ്പാട്

ഡിജിറ്റൽ മാർക്കറ്റിംഗ് വഴികാട്ടി

ഈ പുസ്തക രചന സാധ്യക്കിയതിൽ , വിവിധ മാധ്യമങ്ങൾ , സോഷ്യൽ

മീഡിയ തുടങ്ങിയവക്ക് കടപ്പാട് രേഖപ്പെടുത്തുന്നു.

രാജ്മോഹൻ.പി.ആർ

അവതാരിക

ഡിജിറ്റൽ മാർക്കറ്റിംഗ് വഴികാട്ടി

രാജ് മോഹൻ .പി. ആർ

തൃശൂരിലെ കുട്ടനെല്ലൂർ ആണ് സ്വദേശം. ഗൾഫിൽ ഫിനാൻസ് ഓഫീസർ ജോലി നോക്കുന്നു. തിരക്കേറിയ പ്രവാസ

ജീവിതത്തിനിടയിൽ കിട്ടുന്ന സമയം സാഹിത്യ രചിച്ചകൾക്കായി മാറ്റി വക്കുന്നു. നിരവധി ഡിജിറ്റൽ ബുക്കുകൾ ആമസോൺ വഴി പബ്ലിഷ് ചെയ്തിട്ടുണ്ട്. തന്റെ തൂലികത്തുമ്പിൽ വിരിയുന്ന കഥകൾ / കാവ്യങ്ങൾ പല മാധ്യമങ്ങളിലും കുറിക്കാറുണ്ട്. നിരവധി സാഹിത്യ രചനകൾ പത്ര മാധ്യമങ്ങളിലൂടെ പ്രസിദ്ധീകരിച്ചിട്ടുണ്ട്. ആമസോണിലൂടെ 10 ബുക്കുകൾ ഡിജിറ്റലായി പ്രസിദ്ധീകരിച്ചു.നോഷൻ പ്രസ് വഴി 9 ബുക്കുകൾ പ്രിന്റ് എഡിഷൻ ആയി പ്രസിദ്ധീകരിച്ചു.അക്ഷര മുദ്രയുടെ -ഹൃദയമുദ്ര കവിതാ സമാഹാരം , അക്ഷരം മാസികയുടെ കവിതാ സമാഹാരം, മഴതുള്ളി പുബ്ലിക്കേഷന്റെ കഥ , കവിതാ സമാഹാരം , സെൻട്രൽ യൂണിവേഴ്സിറ്റി തയ്യാറാക്കി കറന്റ് ബുക്ക് പ്രസിദ്ധീകരിച്ച പ്രവാസ കഥാ സമാഹാരം എന്നിവയിൽ രചനകൾ പ്രസിദ്ധീകരിച്ചിട്ടുണ്ട്. എം.കോം ബിരുദാന്തര ബിരുദധാരിയായാണ്. ഇദ്ദേഹത്തിന് ഡിജിറ്റൽ മാർകെറ്റിംഗിൽ ഗൂഗിൾ സർട്ടിഫിക്കറ്റ് ലഭിച്ചിട്ടുണ്ട്. ഇദ്ദേഹത്തിന്റെ പ്രിന്റ് ചെയ്ത 12 ബുക്കുകൾ ആമസോൺ ,ഫ്ലിപ്കാർട് എന്നിവയിലൂടെ ലഭ്യമാണ്.

1

ഡിജിറ്റൽ മാർക്കറ്റിംഗ്

നിങ്ങളുടെ ടാർഗറ്റ് ഓഡിയൻസിനേയും അവരുടെ ഇഷ്ടാനിഷ്ടങ്ങളെയും മനസ്സിലാക്കിക്കൊണ്ട് ഡിജിറ്റൽ ആയി നിങ്ങളുടെ ബിസിനസ്സിനെ അവരിലേക്ക് മാർക്കറ്റിംഗ് ചെയ്യുന്ന രീതിയാണ് ഡിജിറ്റൽ മാർക്കറ്റിംഗ്. നിങ്ങളുടെ ബിസിനസ് വളരാനും ബ്രാൻഡ് ഇമേജ് വളരാനും നിങ്ങളുടെ കമ്പനി ഓഫർ എന്നിവ ജനങ്ങൾക്കിടയിലേക്ക് എത്തിക്കാനും ഡിജിറ്റൽ മാർക്കറ്റിംഗ് നിങ്ങളെ സഹായിക്കുന്നു.

നിങ്ങളുടെ ബിസിനസ് ചെറുതോ വലുതോ ആകട്ടെ, വിജയം നേടാനുള്ള ആദ്യ ഉപാധിയയായി ഡിജിറ്റൽ മാർക്കറ്റിംഗ് പ്രയോജനപ്പെടുത്താം. വളരെ കുറഞ്ഞ ചിലവിൽ ഏറ്റവും കൂടുതൽ ആളുകളിലേക്ക്

എത്താൻ പറ്റിയ വിപണന തന്ത്രമാണ് ഇത്. ടെലിവിഷൻ, റേഡിയോ, ബിൽബോർഡുകൾ, വർത്തമാന പത്രങ്ങൾ, മാസികകൾ തുടങ്ങിയ പരമ്പരാഗത മാർക്കറ്റിംഗ് തന്ത്രങ്ങളേക്കാൾ ഇന്ന് ഏവരും ഇന്റർനെറ്റ് മാർക്കറ്റിംഗിന്റെ വഴിയാണ് സ്വീകരിക്കുന്നത്.

ഇത്തരത്തിൽ ഇന്റർനെറ്റ് ഉപയോഗിച്ച് ഉത്പന്നങ്ങളും സേവനങ്ങളും വിപണനോദ്ദേശത്തോടെ പ്രചരിപ്പിക്കുകയും വിൽക്കുകയും ചെയ്യുന്നതിനെയാണ് ഇന്റർനെറ്റ് വിപണനം അഥവാ ഇന്റർനെറ്റ് മാർക്കറ്റിംഗ് എന്ന് പറയുന്നത്. ഇതിന് വെബ് മാർക്കറ്റിംഗ്, ഓൺലൈൻ മാർക്കറ്റിംഗ്, വെബ്‌വർട്ടെസിംഗ്, ഇമാർക്കറ്റിംഗ് എന്നും പറയാറുണ്ട്. ഇതിൽ പ്രചാരണത്തിന് ഇന്റർനെറ്റ് സാമൂഹിക കവാടങ്ങളായ ട്വിറ്റർ , ഫേസ്ബുക്ക്, ലിങ്ക്ഡിൻ മുതലായ സോഷ്യൽ നെറ്റ്‌വർക്കിഗ് സൈറ്റുകൾ വ്യാപാരികളെ വ്യാപകമായി സഹായിക്കുന്നു.

ഇന്റർനെറ്റിൽ ലഭ്യമായ കണ്ടന്റ് എപ്പോൾ വേണമെങ്കിലും ആർക്ക് വേണമെങ്കിലും ഏത് സമയത്ത് വേണമെങ്കിലും കാണാം. എവിടെയും എപ്പോഴും ഒരു ഉപഭോക്താവിന് ലഭ്യമായ രീതിയിൽ സർവവ്യാപിയാണ് ഡിജിറ്റൽ മീഡിയ. അത്കൊണ്ട് തന്നെയാണ്

ഡിജിറ്റൽ മാർക്കറ്റിംഗ് എളുപ്പമാകുന്നത്. വാർത്തകൾ, ഷോപ്പിംഗ്, വിനോദആഘോഷങ്ങൾ തുടങ്ങിയ ഒരുപാട് സംഗതികളാൽ വളർന്നു വികസിച്ചു കൊണ്ടിരിക്കുന്ന ഒരു മേഖലയാണ് ഡിജിറ്റൽ മീഡിയ.

അതിനാൽ തന്നെയാണ് ബ്രാൻഡ് പ്രൊമോഷന് വേണ്ട ഏറ്റവും മികച്ച മാധ്യമമായി ഇത് മാറുന്നതും. ഫസ്റ്റ് ഹാൻഡ് ഇൻഫർമേഷൻ എന്ന നിലക്കാണ് പലരും ഡിജിറ്റൽ മാധ്യമങ്ങളിലൂടെ ലഭിക്കുന്ന അറിവിനെ കാണുന്നത്. അതിനാൽ മികച്ച രീതിയിൽ അവതരിപ്പിക്കാൻ കഴിഞ്ഞാൽ ഡിജിറ്റൽ മാർക്കറ്റിങ് എന്നത് ഏറെ ഗുണകരമായ ഒന്നായി മാറും. നിലവിലുള്ള ഉപഭോക്താക്കളെ ഉറപ്പിക്കാനും പുതിയ ഉപഭോക്താക്കളെ കണ്ടെത്താനും ഇത് സഹായിക്കും.

പലർക്കും വ്യക്തമായി അറിയാത്തതും ഉപയോഗിക്കാൻ മടിയുള്ളതുമാണ് ഡിജിറ്റൽ മാർകറ്റിംഗ് . നമ്മുടെ ബിസിനസ്സിന്റെ വളർച്ചക്കും ബ്രാന്റിംഗിനും ഡിജിറ്റൽ മാർക്കറ്റിംഗ് നിർബന്ധമാണ്. പക്ഷേ പലരും ഈ മേഖലയിൽ അധികം സ്പെന്റ് ചെയ്യാൻ താൽപര്യപെടുന്നില്ല. നല്ല രീതിയിൽ ഇൻവെസ്റ്റ് ചെയ്താൽ ഡിജിറ്റൽ മാർക്കറ്റിംഗ്

വഴി നിങ്ങൾക്ക് കസ്റ്റമറെ കിട്ടുമെന്നതും നിങ്ങളുടെ ബിസിനസ്റ്റ് വളരുമെന്നതും തീർച്ചയാണ്.

ഡിജിറ്റൽ മാർക്കറ്റിംഗ് എന്ന് വെച്ചാൽ സോഷ്യൽ മീഡിയ പ്രൊമോഷൻ മാത്രമല്ല *Google ads , S.E.O etc.* ഒക്കെ ഇതിൽ വരും. പിന്നെ തുടർച്ചയായി ഇൻവെസ്റ്റ് ചെയ്താലേ റിസൽറ്റ് ഉണ്ടാവുകയുള്ളൂ.

2

ഡിജിറ്റൽ വിസിറ്റിംഗ് കാർഡ്

ഡിജിറ്റൽ വിസിറ്റിംഗ് കാർഡ് അഥവാ DVC ഒരു മാർക്കറ്റിംഗ് ടൂൾ ആകുന്നത് എങ്ങിനെ?

ഒരു ചെറിയ ബിസിനസ് ടൂൾ ആണ് *'Digital Visiting Cards'* അഥവാ DVC. നാം കാലങ്ങളായി ഉപയോഗിച്ച് കൊണ്ടിരിക്കുന്ന പ്രിന്റഡ് വിസിറ്റിംഗ് കാർഡിന്റെ നൂതന രൂപം. പക്ഷെ സാധാരണ ഒരു വിസിറ്റിംഗ് കാർഡ് കൊണ്ട് നടക്കാത്ത പല കാര്യങ്ങളും ഇത് വഴി ചെയ്യാൻ സാധിക്കും.

എന്താണ് ഡിജിറ്റൽ വിസിറ്റിങ്ങ് കാർഡ് വഴി ഉള്ള ഗുണഫലങ്ങൾ എന്ന് നോക്കാം .

- പരസ്പരം അകലം പാലിക്കേണ്ട ഈ സമയത്തു ആരും പ്രിന്റഡ് കാർഡുകൾ പരസ്പരം കൈമാറുന്നില്ല. അതിനാൽ ഡിജിറ്റൽ വിസിറ്റിങ്ങ് കാർഡ് ബിസിനസ് മീറ്റിങ്ങുകളിൽ സുരക്ഷിതമായി ഉപയോഗിക്കാം.

- ഡിജിറ്റൽ വിസിറ്റിങ്ങ് കാർഡ് (DVC) ഉപയോഗിച്ച് നിങ്ങളുടെ നമ്പർ സേവ് ചെയ്യാതെ തന്നെ ഉപഭോക്താക്കൾക്ക് നിങ്ങളുമായി ആശയ വിനിമയം നടത്താം.

- ഡിജിറ്റൽ വിസിറ്റിങ്ങ് കാർഡിലെ കോൾ ബട്ടൺ ഉപയോഗിച്ച് ഉപഭോക്താവിന് നിങ്ങളെ വിളിക്കാം.

- ഡിജിറ്റൽ വിസിറ്റിങ്ങ് കാർഡിലെ വാട്ട്സ് ആപ്പ് ഐക്കണിൽ തൊട്ടാൽ ഉപഭോക്താവിനു നിങ്ങളുടെ നമ്പർ സേവ് ചെയ്യാതെ നിങ്ങളുമായി ചാറ്റ് ചെയ്യാം.

-

ഡിജിറ്റൽ വിസിറ്റിങ്ങ് കാർഡിലെ ഇമെയിൽ ഐക്കണിൽ തൊട്ടാൽ ഉപഭോക്താവിനു നിങ്ങളുടെ ഇമെയിൽ അഡ്രസ് ടൈപ്പ് ചെയ്യാതെ തന്നെ നിങ്ങൾക്ക് മെയിൽ അയക്കാം.

- അത് പോലെ വെബ് സൈറ്റ് , സോഷ്യൽ മീഡിയ ലിങ്ക്സ് , ലൊക്കേഷൻ മാപ്പ് , എന്നിവ വഴി ഉപഭോക്താവിന് നിങ്ങളെ ബന്ധപ്പെടാം .

- നിങ്ങളുടെ സ്ഥാപനത്തിലക്കുള്ള വഴി അറിയുവാൻ ഡിജിറ്റൽ കാർഡിലെ ലൊക്കേഷൻ ഐക്കണിൽ അമർത്തിയാൽ ഗൂഗിൾ മാപ്പിന്റെ സഹയാത്താൽ നിങ്ങളുടെ ഓഫീസിൽ വരുവാൻ സാധിക്കും.

- ഏതെങ്കിലും ഉപഭോക്താവിനു നമ്മുടെ വിവരങ്ങൾ അവരുടെ ഫോൺ കോണ്ടാക്ട്ടിൽ സേവ് ചെയ്യണമെങ്കിൽ കാർഡിൽ ഉള്ള "Save" എന്ന ബട്ടൺ ഒന്ന് സ്പർശിച്ചാൽ മതി

- ഡിജിറ്റൽ കാർഡിലെ ഷെയർ ഐക്കണിൽ ഒന്നു സ്പർശിച്ചാൽ നിങ്ങളുടെ ഉപഭോക്താവിന്റെ നമ്പർ സവ് ചെയ്യാതെ

വാട്സാപ്പ് ഉപയോഗിച്ചു നിങ്ങക്ക് കാർഡ് മറ്റുള്ളവർക്ക് ഷെയർ ചെയ്തു കൊടുക്കാം

- ഇത് തികച്ചും ഡിജിറ്റൽ ഫോർമാറ്റിൽ ആയിരിക്കും, മാത്രവുമല്ല ഇന്റർനെറ്റ് ഇല്ലെങ്കിൽ പോലും നമ്മുടെ വിവരങ്ങൾ ഉപഭോക്താക്കൾക്ക് കാണാൻ സാധിക്കും.

- എത്ര പേർക്ക് വേണമെങ്കിലും ഇത് ഷെയർ ചെയ്തു കൊടുക്കാനാകും. ഒരാൾ മുതൽ ഒരു മില്യൺ വരെ എന്ന് വേണമെങ്കിലും പറയാം.

- പ്രിന്റിങ്ങ് ചെലവ് ഇല്ല എന്നതാണ് മറ്റൊരു പ്രധാന ആകർഷണം.

പ്രതിസന്ധി കാലഘട്ടങ്ങളിൽ നാം എപ്പോഴും പുത്തൻ ആശയങ്ങൾ നടപ്പിലാക്കണം. മറ്റുള്ളവർ എന്ത് വിചാരിക്കും എന്ന് കരുതി നമ്മുടെ മാർക്കറ്റിംഗ് പ്രവർത്തനങ്ങൾ ഒരിക്കലും പിന്നോട്ട് പോകരുത്. എല്ലാവർക്കും വേണ്ടത് ബിസിനസ് തന്നെ ആണ്. അത് ഉല്പാദകരായാലും, ഉപഭോക്താക്കളായാലും. ഈ കാലഘട്ടവും കഴിഞ്ഞു പോകും. പക്ഷെ ഇതിനെ നമ്മൾ നേരിടും. അത് സാധ്യവുമാണ്. എങ്ങിനെ എല്ലാം നേരിടാം എന്നതാണ് നാം

മനസ്സിലാക്കേണ്ടത്. അതിന്റെ ഒരു തുടക്കം നമുക്ക് ഡിജിറ്റൽ വിസിറ്റിങ് കാർഡിലൂടെ ആരംഭിക്കാം.

ഏതൊക്കെ സമ്പ്രദായങ്ങളിൽ, അല്ലെങ്കിൽ എന്ത് വിഷയത്തിൽ ആളുകൾ തൽപ്പരരാണ് എന്നൊക്കെ ഉള്ള കാര്യം ഡിജിറ്റൽ മാർക്കറ്റിംഗ് വൈദഗ്ധ്യമുള്ളവർ പല രീതിയിൽ നിരീക്ഷിച്ചു കൊണ്ടിരിക്കും.

3

ഇന്റർനെറ്റ് മാർക്കറ്റിംഗ്
(Internet Marketing)

ഡിജിറ്റൽ മാർക്കറ്റിങ്ങുമായി ഏറ്റവും അടുത്ത മാധ്യമം ഇന്റർനെറ്റ് തന്നെയാണ്. അതുപോലെ തന്നെ ഉപയോഗപ്രദമായ മറ്റു മാധ്യമങ്ങളാണ് മൊബൈൽ മെസ്സേജിംഗ്, വയർലെസ്സ് ടെക്സ്റ്റ് മെസ്സേജിംഗ്, മൊബൈൽ ആപ്പുകൾ, പോഡ്കാസ്റ്റുകൾ, ബിൽബോർഡുകൾ, ഡിജിറ്റൽ ടെലിവിഷനുകൾ, റേഡിയോ ചാനലുകൾ മുതലായവ.

വളരെ കുറഞ്ഞ ചിലവിൽ ഏറ്റവും കൂടുതൽ ആളുകളിലേക്ക് എത്താൻ പറ്റിയ വിപണന തന്ത്രമാണ് ഇത്. ടെലിവിഷൻ, റേഡിയോ, ബിൽബോർഡുകൾ, വർത്തമാന പത്രങ്ങൾ, മാസികകൾ തുടങ്ങിയ പരമ്പരാഗത മാർക്കറ്റിംഗ് തന്ത്രങ്ങളേക്കാൾ ഇന്ന് ഏവരും ഇന്റർനെറ്റ്

മാർക്കറ്റിംഗിന്റെ വഴിയെ തിരിയാൻ തുടങ്ങിയിട്ടുണ്ട്. ഇന്റർനെറ്റ് വ്യാപനം അതിന്റെ തുടക്കത്തിലായതുകൊണ്ടുതന്നെ ഈ മേഖലയിൽ തൊഴിൽപരമായും വ്യവസായപരമായും സാധ്യതകൾ ഏറെയാണ്.

ലോകം ഡിജിറ്റൽ യുഗത്തിൽ നിന്ന് ഇന്റർനെറ്റ് യുഗത്തിലേക്കും ക്ലൗഡ് കംപ്യൂട്ടിംഗിന്റെ കാലത്തിലേക്കും കടന്നതോടെ സമൂലമായ മാറ്റങ്ങളാണ് മനുഷ്യരുടെ കാഴ്ചപ്പാടിൽ ഉണ്ടായിക്കൊണ്ടിരിക്കുന്നത്.

അതുകൊണ്ടുതന്നെ മാർക്കറ്റിംഗ് രീതികളിലും മാറ്റം അനിവാര്യമാണ്. ഇവിടെയാണ് ഓൺലൈൻ മാർക്കറ്റിംഗ് അഥവാ ഇന്റർനെറ്റ് മാർക്കറ്റിംഗിന്റെ പ്രസക്തി.

<u>ഡിജിറ്റൽ മാർക്കറ്റിംഗിനെ പ്രധാനമായും രണ്ടായി തരംതിരിക്കാം.</u>

1. പരമ്പരാഗത മാർക്കറ്റിംഗ്(ട്രെഡീഷണൽ മാർക്കറ്റിംഗ്).
2. ഓൺലൈൻ മാർക്കറ്റിംഗ്.

4

എന്താണ് ഓൺലൈൻ മാർക്കറ്റിംഗ്?

ഉല്പ്പന്നങ്ങളോ സേവനങ്ങളോ ഇന്റർനെറ്റ് വഴി പരസ്യം ചെയ്യുകയോ മാർക്കറ്റ് ചെയ്യുകയോ ചെയ്യുന്നതിനെയാണ് ഓൺലൈൻ മാർക്കറ്റിംഗ്(OLM) എന്ന് പറയുന്നത്. ചിലർ വെബ്മാർക്കറ്റിംഗ് എന്നും ഓൺലൈൻ മാർക്കറ്റിംഗ് അഥവാ ഇന്റർനെറ്റ് മാർക്കറ്റിംഗിനെ പറയാറുണ്ട്. വെബ്സൈറ്റുകൾ, ബ്ലോഗുകൾ, ഇമെയ്ൽ, സാമൂഹിക മാധ്യമങ്ങൾ (*Social Media*), ഫോറംസ്, മൊബൈൽ ഫോണുകൾ എന്നിവയെല്ലാം ഓൺലൈൻ മാർക്കറ്റിംഗിനായി നമുക്ക് ഉപയോഗിക്കാം.

ഉല്പന്നത്തിന്റെയോ സേവനത്തിന്റെയോ പ്രചാരണത്തിനും അതുവഴി ബിസിനസിന്റെ വളർച്ചയും ലക്ഷ്യമിട്ട് ഇന്റർനെറ്റ് വഴി നടത്തുന്ന മാർക്കറ്റിംഗ് ആണ് ഇന്റർനെറ്റ്

മാർക്കറ്റിംഗ്(*Internet Marketing*) അഥവാ ഓൺലൈൻ മാർക്കറ്റിംഗ്(*Online Marketing*). ഇമെയ്ൽ മാർക്കറ്റിംഗ്, സെർച്ച് എൻജിൻ മാർക്കറ്റിംഗ്, സോഷ്യൽ മീഡിയ മാർക്കറ്റിംഗ്, ഡിസ്പ്ലേ പരസ്യങ്ങൾ(*Web Banner Advertising*), മൊബൈൽ മാർക്കറ്റിംഗ് ഇവയെല്ലാം ഇന്റർനെറ്റ് മാർക്കറ്റിംഗിൽ ഉൾപ്പെടുന്നു. മറ്റ് മാധ്യമങ്ങളിൽ പരസ്യങ്ങൾ നൽകുംപോലെ തന്നെയാണ് ഇന്റർനെറ്റിലും. വെബ്സൈറ്റ്, ബ്ലോഗ് തുടങ്ങിയ ഇന്റർനെറ്റ് മാധ്യമങ്ങളിൽ പ്രസാധകരുടെ അനുവാദത്തോടെ പരസ്യങ്ങൾ നൽകാം. ഇത്തരം ധാരാളം ഏജൻസികളും ഇന്ന് രംഗത്തുണ്ട്. പരസ്യങ്ങളുടെ പ്രവർത്തനവും കാര്യക്ഷമതയും മറ്റ് അനുബന്ധ രേഖകളും ശേഖരിക്കാൻ പര്യാപ്തമായ സംവിധാനങ്ങളും ഇന്റർനെറ്റിലൂടെ ലഭ്യമാണ്. ഇത്തരം ടൂളുകൾ സൗജന്യമായും വില കൊടുത്തും പരസ്യദാതാവിനും വെബ്സൈറ്റുകൾക്കും വാങ്ങാവുന്നതാണ്.

<u>പരമ്പരാഗത മാർക്കറ്റിംഗും ഓൺലൈൻ മാർക്കറ്റിംഗും തമ്മിലുള്ള വ്യത്യാസം</u>

ഉപഭോക്താക്കളുടെ ശ്രദ്ധപിടിച്ചുപറ്റി ഉല്പന്നങ്ങൾ കച്ചവടം ചെയ്യുകയോ തങ്ങളുടെ സേവനങ്ങൾ ലഭ്യമാക്കുകയോ ചെയ്ത്

ബിസിനസ് ലാഭകരമാക്കുകയാണ് പരമ്പരാഗത മാർക്കറ്റിംഗിലും ഓൺലൈൻ മാർക്കറ്റിംഗിലും ചെയ്യുന്നത്. എന്നാൽ, എത്രപേർ കണ്ടുവെന്നോ അനുകൂലമായോ പ്രതികൂലമായോ പ്രതികരിച്ചുവെന്നോ അറിയാൻ പരമ്പരാഗത മാർക്കറ്റിംഗ് മാധ്യമങ്ങളിലൂടെ കഴിയില്ല. അതേസമയം ഓൺലൈൻ മാർക്കറ്റിംഗിൽ എല്ലാകാര്യങ്ങളും കൃത്യമായി മനസ്സിലാക്കാൻ നമുക്ക് സാധിക്കും.

ചെലവ് കുറവ് എന്നതിലുപരി വേഗത്തിലും കാര്യക്ഷമമമായും ബ്രാൻഡ് മൂല്യം ഉയർത്താൻ ഓൺലൈൻ മാർക്കറ്റിംഗിന് കഴിയും.

ബിസിനസിന്റെ സ്വഭാവമനുസരിച്ച് തന്ത്രങ്ങൾ (Digital Strategy) മെനഞ്ഞ് പരസ്യങ്ങൾ ഉണ്ടാക്കി വലിയ വിജയങ്ങൾ നേടാനാകുന്നു എന്നതും പരമ്പരാഗത മാർക്കറ്റിംഗിൽ നിന്നും ഓൺലൈൻ മാർക്കറ്റിംഗിനെ വ്യത്യസ്തമാക്കുന്നു.

സമഗ്രമായ ഒരു ഡിജിറ്റൽ മാർക്കറ്റിംഗ് തന്ത്രം വികസിപ്പിക്കുക: നിങ്ങളുടെ ടാർഗെറ്റ് പ്രേക്ഷകരെ നിർവചിക്കുക, വ്യക്തമായ ലക്ഷ്യങ്ങൾ സജ്ജീകരിക്കുക, പ്രധാന പ്രകടന സൂചകങ്ങൾ (കെപിഐകൾ) തിരിച്ചറിയുക,

നിങ്ങളുടെ തന്ത്രം എങ്ങനെ നടപ്പിലാക്കണം എന്നതിനുള്ള ഒരു പ്ലാൻ വികസിപ്പിക്കുക എന്നിവ ഇതിൽ ഉൾപ്പെടുന്നു.

നിങ്ങളുടെ ടാർഗെറ്റ് പ്രേക്ഷകരിലേക്ക് എത്താൻ സോഷ്യൽ മീഡിയ ഉപയോഗിക്കുക: Facebook, Twitter, Instagram, LinkedIn തുടങ്ങിയ സോഷ്യൽ മീഡിയ പ്ലാറ്റ്ഫോമുകൾ നിങ്ങളുടെ ടാർഗെറ്റ് പ്രേക്ഷകരിലേക്ക് എത്തിച്ചേരുന്നതിനും ഇടപഴകുന്നതിനുമുള്ള ശക്തമായ ഉപകരണങ്ങളാണ്. നിങ്ങളെ പിന്തുടരുന്നവരുമായി സ്ഥിരതയുള്ള പോസ്റ്റിംഗും ഇടപഴകലും ഉറപ്പാക്കാൻ ഒരു ഉള്ളടക്ക തന്ത്രവും സോഷ്യൽ മീഡിയ കലണ്ടറും വികസിപ്പിക്കുക.

പണമടച്ചുള്ള പരസ്യങ്ങൾ ഉപയോഗിക്കുക: ഗൂഗിൾ പരസ്യങ്ങൾ, ഫേസ്ബുക്ക് പരസ്യങ്ങൾ, ഇൻസ്റ്റാഗ്രാം പരസ്യങ്ങൾ എന്നിവ പോലുള്ള പ്ലാറ്റ്ഫോമുകൾ പുതിയ പ്രേക്ഷകരിലേക്ക് എത്തുന്നതിനും പരിവർത്തനങ്ങൾ നടത്തുന്നതിനും ഫലപ്രദമാണ്. നിങ്ങളുടെ മൊത്തത്തിലുള്ള ഡിജിറ്റൽ മാർക്കറ്റിംഗ് തന്ത്രവുമായി പൊരുത്തപ്പെടുന്ന പരസ്യ കാമ്പെയ്നുകൾ വികസിപ്പിക്കുകയും മികച്ച *ROI*-യ്ക്കായി ഒപ്റ്റിമൈസ് ചെയ്യുന്നതിനായി ഫലങ്ങൾ അളക്കുകയും ചെയ്യുക.

ഒരു സെർച്ച് എഞ്ചിൻ ഒപ്റ്റിമൈസേഷൻ *(SEO)* തന്ത്രം വികസിപ്പിക്കുക: സെർച്ച് എഞ്ചിൻ ഫലങ്ങളുടെ പേജുകളിൽ *(SERP)* ഉയർന്ന റാങ്ക് ലഭിക്കുന്നതിന് നിങ്ങളുടെ വെബ്സൈറ്റും ഉള്ളടക്കവും ഒപ്റ്റിമൈസ് ചെയ്യുന്നത് ഇതിൽ ഉൾപ്പെടുന്നു. ഇത് നിങ്ങളുടെ വെബ്സൈറ്റിലേക്ക് കൂടുതൽ ഓർഗാനിക് ട്രാഫിക് വർദ്ധിപ്പിക്കുകയും ദൃശ്യപരതയും വിശ്വാസ്യതയും വർദ്ധിപ്പിക്കുകയും ചെയ്യും.

ലീഡുകളെ പരിപോഷിപ്പിക്കാനും ഉപഭോക്താക്കളെ നിലനിർത്താനും ഇമെയിൽ മാർക്കറ്റിംഗ് ഉപയോഗിക്കുക: നിങ്ങളുടെ നിലവിലുള്ള ഉപഭോക്ത്യ അടിത്തറയിൽ

എത്തിച്ചേരുന്നതിനും നിങ്ങളുടെ ഉൽപ്പന്നങ്ങളോ സേവനങ്ങളോ പ്രോത്സാഹിപ്പിക്കുന്നതിനും നിങ്ങളുടെ പ്രേക്ഷകർക്ക് മൂല്യം നൽകുന്നതിനുമുള്ള ചെലവ് കുറഞ്ഞ മാർഗമാണ് ഇമെയിൽ മാർക്കറ്റിംഗ്.

ഡാറ്റ അളക്കുകയും വിശകലനം ചെയ്യുകയും ചെയ്യുക: നിങ്ങളുടെ കെപിഐകൾക്കെതിരെ നിങ്ങളുടെ പ്രകടനം ട്രാക്ക് ചെയ്യാനും അളക്കാനും Google Analytics പോലുള്ള ടൂളുകൾ ഉപയോഗിക്കുക, മെച്ചപ്പെടുത്താനുള്ള മേഖലകൾ തിരിച്ചറിയുക, നിങ്ങളുടെ ഡിജിറ്റൽ മാർക്കറ്റിംഗ് ശ്രമങ്ങൾ ഒപ്റ്റിമൈസ് ചെയ്യുന്നതിന് ഡാറ്റാധിഷ്ഠിത തീരുമാനങ്ങൾ എടുക്കുക.

ഡിജിറ്റൽ മാർക്കറ്റിംഗ് ഫലപ്രദമായി പ്രയോജനപ്പെടുത്തുന്നതിലൂടെ, ബിസിനസുകൾക്ക് അവരുടെ ടാർഗെറ്റ് പ്രേക്ഷകരിലേക്ക് എത്താനും അവരുമായി ഇടപഴകാനും ലീഡുകൾ സൃഷ്ടിക്കാനും വിൽപ്പന വർദ്ധിപ്പിക്കാനും കഴിയും. നിങ്ങളുടെ ഡിജിറ്റൽ മാർക്കറ്റിംഗ് തന്ത്രങ്ങൾ നിങ്ങളുടെ ബിസിനസ്സ് ലക്ഷ്യങ്ങളുമായി യോജിപ്പിച്ചിട്ടുണ്ടെന്നും വളർച്ചയെ ഫലപ്രദമായി നയിക്കുന്നുവെന്നും ഉറപ്പാക്കാൻ

അവ തുടർച്ചയായി നിരീക്ഷിക്കുകയും ക്രമീകരിക്കുകയും ചെയ്യേണ്ടത് പ്രധാനമാണ്.

നിങ്ങളുടെ ബിസിനസ്സ് വളർത്തുക: നിങ്ങളുടെ ബിസിനസ്സ് അനുസരിച്ച് തയ്യാറാക്കുന്ന തന്ത്രങ്ങൾ നിങ്ങളുടെ പ്രവർത്തനങ്ങൾ ഒപ്റ്റിമൈസ് ചെയ്യാനും വരുമാനം വർദ്ധിപ്പിക്കാനും നിങ്ങളുടെ ടാർഗെറ്റ് പ്രേക്ഷകരിലേക്ക് എത്താനും സഹായിക്കുന്നു.

5

ഡിജിറ്റൽ മാർക്കറ്റിങ്ങിൻറെ പ്രാധാന്യം

എവിടെയും എപ്പോഴും ലഭ്യമായ രീതിയിൽ സർവവ്യാപിയാണല്ലോ ഈ കാലത്ത് ഡിജിറ്റൽ മീഡിയ. പണ്ടൊക്കെ നിങ്ങളുടെ ഉൽപ്പന്നങ്ങളും സേവനങ്ങളും ഏതു സ്വഭാവത്തിലാണ് എന്നുള്ള കാര്യം നിങ്ങളോട് നേരിട്ട് ബന്ധപ്പെടുമ്പോൾ മാത്രമായിരുന്നു ജനങ്ങളിലെക്കെത്തിയിരുന്നത്.

പക്ഷെ ഇന്ന് അതല്ല സ്ഥിതി. വാർത്തകൾ, ഷോപ്പിംഗ്, വിനോദ-ആഘോഷങ്ങൾ തുടങ്ങിയ ഒരുപാട് സംഗതികളാൽ വളർന്നു വികസിച്ചു കൊണ്ടിരിക്കുന്ന ഒരു മേഖലയാണ് ഡിജിറ്റൽ മീഡിയ. അത് കൊണ്ട് തന്നെ നിങ്ങളുടെ കമ്പനി നിങ്ങളുടെ ബ്രാൻറിനെക്കുറിച്ച്

പറയുന്നതിനേക്കാൾ ഉപരിയായി ഉപഭോക്താക്കൾക്ക് മറ്റു രീതിയിൽ (അതായത് മാധ്യമങ്ങൾ, സുഹൃത്തുക്കൾ, ബന്ധുക്കൾ എന്നിവർ മുഖേന) വിവരങ്ങൾ ലഭിച്ചു കൊണ്ടേ ഇരിക്കും. അത് കൊണ്ട് തന്നെ നിങ്ങൾ പറയുന്നതിനേക്കാൾ അവർ കൂടുതൽ വിശ്വസിക്കുക ഇവരെയായിരിക്കും.

ജനങ്ങൾ അവർക്കറിയുന്ന അല്ലെങ്കിൽ വിശ്വസിക്കാവുന്ന ബ്രാന്റുകളെ മാത്രമേ ആശ്രയിക്കുകയയുള്ളൂ. അതുകൊണ്ട് തന്നെ അവരുമായി നല്ല രീതിയിൽ സംവദിക്കുന്ന, അവരുടെ ആവശ്യങ്ങൾ അറിഞ്ഞു പെരുമാറുന്ന കമ്പനികൾ കൂടുതൽ നേട്ടമുണ്ടാക്കുകയും ചെയ്യും.

കൂടുതൽ വൈദഗ്ധ്യത്തോടെ ഡിജിറ്റൽ മാർക്കറ്റിംഗ് രംഗത്ത് നിങ്ങൾക്ക് മുന്നേറണോ, എങ്കിൽ തീർച്ചയായും നിങ്ങൾ നിങ്ങളുടെ സാധന സേവനങ്ങളെ ഉപഭോക്താക്കളുടെ മുൻപിൽ അമൂല്യവും ആകർഷകവുമായ രീതിയിൽ അവതരിപ്പിക്കണം. ഡിജിറ്റൽ മാർക്കറ്റിംഗ് രംഗത്ത് നിങ്ങൾ ഉപയോഗിക്കുന്ന തന്ത്രങ്ങൾ ഫലപ്രദമല്ല എങ്കിൽ നിങ്ങളുടെ ബിസിനസ്സിനു പുതിയ ഉപഭോക്താക്കളെ കിട്ടാതെ വരും. ഒരുവേള നിലവിലുള്ള ഉപഭോക്താക്കൾ തന്നെ നഷ്ടപ്പെടാനും അത്

വഴി മാർക്കറ്റിൽ നിങ്ങളുടെ മത്സര ക്ഷമത നഷ്ടപ്പെടാനും ഇടയാവുന്നു.

ഡിജിറ്റൽ മാർക്കറ്റിംഗ് ഫലപ്രദമാവാൻ താഴെ പറയുന്ന അഞ്ചു കാര്യങ്ങൾ അത്യന്താപേക്ഷിതമാണ്.

1. രൂപരേഖ (Plan) തയ്യാറാക്കുക

ഡിജിറ്റൽ മാർക്കറ്റിങ്ങിന്റെ രൂപരേഖ തയ്യാറാക്കുന്നതിന്റെ മുമ്പ് നിങ്ങളുടെ ബിസിനസ്സ് കൈവരിക്കേണ്ട നേട്ടങ്ങൾ എന്തൊക്കെയാണ് എന്നുള്ളതിൻറെ ശരിയായ ധാരണ രൂപീകരിക്കണം. മുൻകൂട്ടിയുള്ള ഒരു ലക്ഷ്യം ആസൂത്രണം ചെയ്യുക വഴി നിങ്ങളുടെ ബിസിനസിന് ശരിയായ രീതിയിൽ തന്നെ മുമ്പോട്ടു കൊണ്ട് പോകാൻ സാധിക്കുന്നു.

നിങ്ങൾക്ക് ഇതിനായി ബ്ലോഗുകൾ, എസ്.ഇ.ഓ (SEO), സോഷ്യൽ മീഡിയ, Content Marketing, വെബിനാറുകൾ തുടങ്ങി യുക്തിപരമായ ഒരുപാട് മാർഗങ്ങൾ സ്വീകരിക്കാം. ഇതിനായി മുകളിൽ പറഞ്ഞ എല്ലാ സമ്പ്രദായങ്ങളും ഒരേസമയം സ്വീകരിക്കണം എന്ന് നിർബന്ധമില്ല. പക്ഷെ നിങ്ങളുടെ ബിസിനസിൻറെ ഉയർച്ചക്ക്

സഹായിക്കുന്ന ശരിയായ മാർഗം സ്വീകരിക്കുക എന്നതാണ് ഏറ്റവും പ്രധാനം.

2. നിങ്ങളുടെ കമ്പനിയുടെ വെബ്സൈറ്റ് തയ്യാറാക്കൂ.

സ്മാർട്ട് ഫോണുകൾ, ടാബ്ലെറ്റുകൾ തുടങ്ങിയ ആധുനിക ഉപകരണങ്ങളുമായി ഉപഭോക്താക്കൾ കൂടുതൽ സമയം ചെലവഴിക്കുന്ന ഈ കാലത്ത് വെബ്സൈറ്റ് ഒരു അത്യന്താപേക്ഷിതമായ സംഗതി തന്നെയാണ്. നിങ്ങളുടെ ബിസിനസ്സിൻറെ വിവരങ്ങൾ ഉപഭോക്താവിന് മനസ്സിലാക്കാനുള്ള ഒരു ഉപാധി എന്നതിനേക്കാളെറെ, അവരുമായി സംവദിക്കാനുള്ള ഒരു മാധ്യമമായി വെബ്സൈറ്റ് മാറേണ്ടതുണ്ട്.

നിങ്ങളുടെ വെബ്സൈറ്റ് മൊബൈലിലും ഉപയോക്തൃ സൗഹൃദ (*User friendly*) മായിരിക്കണം. എന്നാൽ മാത്രമേ ഓൺലൈൻ ബിസിനസ്സുകൾ പോലെയുള്ള സംഗതികൾ കൂടുതൽ നല്ല രീതിയിൽ ചെയ്യാൻ കഴിയൂ..

3. സോഷ്യൽ മീഡിയയയിൽ സജീവമാകുക

പരസ്യം ചെയ്യുന്നതിനും ആശയവിനിമയം നടത്തുന്നതിനും നൂതനമായ മേഖലകൾ തേടുന്ന ഒരു സ്ഥിതി വിശേഷം സോഷ്യൽ മീഡിയയുടെ വരവോടെ സംജാതമായിട്ടുണ്ട്. അതുകൊണ്ട് തന്നെ നിങ്ങളുടെ ബിസിനസ്സിനെ കുറിച്ചുള്ള അവബോധം വളരെ പെട്ടെന്ന് തന്നെ വലിയ ഒരു വിഭാഗം ജനങ്ങളിൽ എത്തിക്കാൻ സാധിക്കും. നിങ്ങളുടെ ബിസിനസ്സിൻറെ വിശ്വാസ്യത വർധിപ്പിച്ച് അതിലൂടെ ഉപഭോക്താവുമായി ഊഷ്മളമായ ബന്ധം സ്ഥാപിക്കാനും കഴിയുന്നു.

ഇതിനായി Instagram, Google+, ITunes, YouTube, Scribd, Yahoo പോലെയുള്ള എല്ലാ മീഡിയകളും ഒരേസമയം സ്വീകരിക്കേണ്ടതില്ല. പക്ഷെ നിങ്ങളുടെ ഉപഭോതാവ് ഉപയോഗിക്കുന്ന മീഡിയ ഏതാണെന്ന് മനസ്സിലാക്കി വേണ്ട മാർഗം സ്വീകരിക്കുക എന്നതാണ് ഏറ്റവും പ്രധാനം.

4. എസ്.ഇ.ഒ(SEO) , അതുപോലെ ഓൺലൈൻ പരസ്യങ്ങൾ

ഒരു വെബ്സൈറ്റ് അല്ലെങ്കിൽ വെബ്പേജ് സെർച്ച് എഞ്ചിനുകൾ ഉപയോഗിച്ചുള്ള വെബ് തിരച്ചിലുകളിൽ പെട്ടെന്ന്

കണ്ടെത്തപ്പെടുകയും അത് വഴി കൂടുതൽ സന്ദർശകരെ ആ വെബ്സൈറ്റിലേക്ക് എത്തിക്കുകയും ചെയ്യുന്ന പ്രക്രിയയാണ് സെർച്ച് എഞ്ചിൻ ഒപ്റ്റിമൈസേഷൻ അഥവാ എസ്.ഇ.ഒ (SEO). സാധാരണഗതിയിൽ തിരച്ചിൽ ഫലത്തിൽ മുന്നിലെത്തുന്നതും, കൂടുതലായി തിരച്ചിൽ ഫലങ്ങളിൽ വരുന്നതും സെർച്ച് എഞ്ചിൻ വഴി കൂടുതൽ സന്ദർശകരെ ലഭിക്കുന്നതിന് കാരണമാകുന്നു.

സെർച്ച് എഞ്ചിനുകളുടെ പ്രവർത്തന രീതി, ആൾക്കാർ എന്തൊക്കെ തിരയുന്നു, തിരച്ചിലിനായി ഉപയോഗിക്കപ്പെടുന്ന പദങ്ങൾ, ഏതൊക്കെ സെർച്ച് എഞ്ചിനുകളാണ് ലക്ഷ്യംവയ്ക്കപ്പെട്ടിരിക്കുന്ന വിഭാഗം ആൾക്കാർ പരിഗണിക്കുന്നത് തുടങ്ങിയവ ഇന്റർനെറ്റ് വിപണനതന്ത്രമനുസരിച്ച് എസ്.ഇ.ഒ. യിൽ പരിഗണിക്കുന്നു. നിങ്ങൾ ചെയ്യുന്ന SEO നിങ്ങളുടെ പ്രതിയോഗിയുടെതിനെക്കാൾ മികച്ചതല്ലെങ്കിൽ അവർ കൂടുതൽ നേട്ടമുണ്ടാക്കും.

ഓൺലൈൻ പരസ്യങ്ങളും നിങ്ങളുടെ വെബ്സൈറ്റിലെക്ക് ആളുകളെ എത്തിക്കുന്ന നല്ല ഒരു ഉപാധിയാണ്. നിങ്ങളുടെ വെബ്സൈറ്റിൽ എന്തൊക്കെ വിശദാംശങ്ങൾ വേണം എന്നുള്ളത് നിങ്ങളുടെ വെബ്സൈറ്റ്

ആരൊക്കെ, എവിടെ നിന്നൊക്കെ സന്ദർശനം നടത്തുന്നു എന്നൊക്കെയുള്ള വിവരങ്ങൾ ശേഖരിച്ചു തീരുമാനിക്കാൻ സാധിക്കും.

5. ബ്ലോഗുകളും വെബിനാറുകളും വീഡിയോകളും

നിങ്ങളുടെ കമ്പനിയുടെ പുതിയ പ്രോഡക്റ്റുകളും സേവനങ്ങളും എന്തൊക്കെയാണെന്നും മറ്റുമുള്ള വിവരങ്ങൾ ആളുകളെ അറിയിക്കാനും അതുപോലെ ഉപഭോക്താവുമായിട്ടുള്ള ബന്ധം ഊഷ്മളമാക്കാനും ബ്ലോഗുകളിലൂടെ സംവദിക്കുന്നത് വഴി സാധ്യമാവുന്നു. നിങ്ങളുടെ വെബ്സൈറ്റിലേക്ക് ആളുകളെ ആകർഷിക്കാനും ബ്ലോഗുകൾ സഹായകമാണ്.

വെബ്സൈറ്റിലൂടെ സംപ്രേഷണം ചെയ്യുന്ന സെമിനാറുകളെയാണ് വെബിനാറുകൾ എന്ന് പറയുന്നത്. ഇതും അതുപോലെ വീഡിയോകളും വളരെ ഉപയോഗപ്രദമാണ്.

6

ഡിജിറ്റൽ മാർക്കറ്റിംഗ് എന്തിന് ചെയ്യണം?

ഉപയോക്താവുമായി നല്ല രീതിയിൽ ആശയ സംവാദം നടത്തുന്ന വീഡിയോകളും ഇൻഫോഗ്രാഫിക്കുകളും ആളുകൾ കാണുകയും ഷെയർ ചെയ്യുകയും ചെയ്യും. അതുവഴി നിങ്ങളുടെ കമ്പനി അല്ലെങ്കിൽ ഉൽപ്പന്നങ്ങൾ അവരുടെ നിത്യജീവിതത്തിലെ ഒഴിച്ച് കൂടാനാവാത്ത ഒന്നായി മാറുന്നു. ഫലമോ നിങ്ങളുടെ കമ്പനിയുടെ ബിസിനസ്സ് വർദ്ധിക്കുകയും ലാഭത്തിലാവുകയും ചെയ്യുന്നു.

നിങ്ങളുടെ ബിസിനസ്സ് ഓൺലൈനിലും അല്ലാതെയും ചലനാത്മകമായി നിലനിർത്താൻ ഡിജിറ്റൽ മാർക്കറ്റിംഗ് അത്യന്താപേക്ഷിതമാണെന്ന് ഇപ്പോൾ

മനസ്സിലായിക്കാണുമല്ലോ. ഡിജിറ്റൽ സാങ്കേതിക വിദ്യ എത്രത്തോളം ചലനാത്മകമാണോ അത്രത്തോളം തന്നെ ആയിരിക്കണം നിങ്ങളുടെ മാർക്കറ്റിംഗ് രീതികളും.

<u>ഡിജിറ്റൽ മാർക്കറ്റിംഗ് - ആവശ്യമായ മാർക്കറ്റിംഗ് രീതികൾ</u>

ഒരു വെബ്സൈറ്റ് നിർമ്മിക്കുക.

പരസ്യ കാമ്പെയ്നുകൾ പ്രവർത്തിപ്പിക്കുക, അത് ലീഡുകൾ സൃഷ്ടിക്കും.

എസ്.ഇ.ഒ തന്ത്രം Google- ൽ ഒന്നാം സ്ഥാനം നേടാൻ.

പരമ്പരാഗതത്തിൽ നിന്ന് ഡിജിറ്റൽ മാർക്കറ്റിംഗിലേക്ക് മാറുക.

ഒരു വ്യക്തിഗത ബ്രാൻഡ് നിർമ്മിക്കുക.

വിപണി ഗവേഷണം

ഇമെയിൽ മാർക്കറ്റിംഗ്

Google പരസ്യങ്ങൾ

ഫേസ്ബുക്ക് മാർക്കറ്റിംഗ് /ഫേസ്ബുക്ക് പരസ്യങ്ങൾ

YouTube മാർക്കറ്റിംഗ്

ഇൻസ്റ്റാഗ്രാമും ഇൻഫ്ലുവൻസർ മാർക്കറ്റിംഗും

7

ഡിജിറ്റൽ മാർക്കറ്റിംഗ് -ശരിയായ മാർക്കറ്റിംഗ് രീതി

ഡിജിറ്റൽ മാർക്കറ്റിംഗ് എന്നത് ഇന്നത്തെ കാലത്ത് ബിസിനസ്സ് വികസിപ്പിക്കാനുള്ള ശക്തമായ ഒരു ഉപകരണമാണ്.

INCREASED VISIBILITY

കൂടുതൽ പ്രേക്ഷകരിലേക്ക് എത്തിച്ചേരാൻ അനുവദിക്കുന്നതിലൂടെ ഒരു ബിസിനസ്സിന്റെ *visibility* വർദ്ധിപ്പിക്കാൻ ഡിജിറ്റൽ മാർക്കറ്റിംഗ് സഹായിക്കും. സെർച്ച് എഞ്ചിൻ ഒപ്റ്റിമൈസേഷൻ (*SEO*), പേ-പെർ-ക്ലിക്ക്

(PPC) പരസ്യം ചെയ്യൽ തുടങ്ങിയ സാങ്കേതിക വിദ്യകൾ ഉപയോഗിക്കുന്നതിലൂടെ , ഒരു ബിസിനസ്സിന് *search Engine results* ന്റെ പേജുകളിലും സോഷ്യൽ മീഡിയ പ്ലാറ്റ്ഫോമുകളിലും അതിന്റെ *Visibility* വർദ്ധിപ്പിക്കാൻ കഴിയും .

TARGETED ADVERTISING

സോഷ്യൽ മീഡിയ പരസ്യം ചെയ്യൽ, ഇമെയിൽ മാർക്കറ്റിംഗ് തുടങ്ങിയ സാങ്കേതിക വിദ്യകളിലൂടെ ടാർഗെറ്റഡ് ഓഡിയൻസിലേക്ക് നേരിട്ട് എത്തിച്ചേരാൻ ഡിജിറ്റൽ മാർക്കറ്റിംഗ് ബിസിനസ്സുകളെ അനുവദിക്കുന്നു. ഇത് ബിസിനസ്സുകൾക്ക് അവരുടെ പ്രോഡക്ടും സർവ്വീസും ശരിയായ ആളുകളിലേക്ക് എത്തിച്ചേരാനാകും, ഇതുകൊണ്ട് ലീഡുകൾ *sale's* ആക്കി മാറ്റാനുള്ള സാധ്യത വർദ്ധിപ്പിക്കുന്നു.

INCREASED CONVERSION

ശരിയായ മാർക്കറ്റിംഗ് രീതി ഉപയോഗിച്ച് ശരിയായ പ്രേക്ഷകരെ ടാർഗെറ്റുചെയ്യുന്നതിലൂടെ, ബിസിനസുകൾക്ക് അവരുടെ പരിവർത്തന നിരക്ക് വർദ്ധിപ്പിക്കാൻ

കഴിയും. ഇതിനർത്ഥം കൂടുതൽ ലീഡുകൾ *sale's* കളായി മാറും, അതിന്റെ ഫലമായി വരുമാനവും വളർച്ചയും വർദ്ധിക്കും.

ഒരു കമ്പനിയെ സംബന്ധിച്ചെടുത്തോളം കസ്റ്റമേഴ്സാണ് കിംഗ് അല്ലെങ്കിൽ ക്വീൻ. അതു കൊണ്ട് തന്നെ അവരുടെ സാമ്രാജ്യം ശക്തിപ്പെടുത്തേണ്ടത് അല്ലെങ്കിൽ വിപുലീകരിക്കേണ്ടത് ആ കമ്പനിയുടെ ഉത്തരവാദിത്വമാണ്.

customer-ന്റെ *satisfaction*-ലൂടെ കമ്പനി നേടുന്നത് 2 എക്സ്ട്രാ ക്ലൈന്റിനെയാണ് എന്നാണ് . അതിനാൽ നിങ്ങളുടെ ഉപഭോക്താക്കൾക്കായി കൂടുതൽ സമയം കണ്ടെത്തുന്നതും അവർക്കായി കൂടുതൽ കെയർ കാണിക്കുന്നതും തെറ്റല്ല.

8

ഒരു വെബ്സൈറ്റ്

ഇക്കാലത്ത് അല്ല എല്ലാകാലത്തിലും എല്ലാ ബിസിനസ്സിനും മാർക്കറ്റിംഗ് ആവശ്യമാണ്. മാർക്കറ്റിംഗ് എന്നാൽ കൂടുതൽ കസ്റ്റമറിനെ നിങ്ങളുടെ സ്ഥാപനത്തിൽ കൊണ്ട് വരുക എന്നുള്ളത് ആണ്. ഈ ഡിജിറ്റൽ ലോകത്ത് ഒരു ബിസിനസിന് ഏറ്റവും പ്രധാനമായ ഒന്നാണ് സ്വന്തമായ ഒരു വെബ്സൈറ്റ്.ഒരു വെബ്സൈറ്റിലൂടെ നിങ്ങളുടെ ബിസിനസിന്റെ online സാന്നിധ്യം കസ്റ്റമറിൽ എക്കാലവും നിലനിർത്താൻ സഹായിക്കുന്നു.

ഇനി നിങ്ങളുടെ ബിസിനസിനെ ബ്രാൻഡ് ആക്കാൻ ആയി ഗ്രാൻഡ് ആയ ഒരു വെബ്സൈറ്റ് നിർമ്മിക്കാം.

ഈ കാലഘട്ടത്തിലെ ബിസിനസ് സമവാക്യങ്ങളായ ഡിജിറ്റൽ മാർക്കറ്റിംഗ്/ ഓൺലൈൻ മാർക്കറ്റിംഗ് എന്നിവയുടെ സാധ്യത പരമാവധി ഉപയോഗപ്പെടുത്തി ഇനിയുള്ള കാലം ഡിജിറ്റൽ മാർക്കറ്റിംഗിലൂടെ/ ഓൺലൈൻ വ്യാപാരം വഴി മാത്രമേ ഏതു സംരംഭവും കൂടുതൽ വളർത്താൻ സാധിക്കൂ.

<u>സൗജന്യമായി ബിസിനസ് വെബ്സൈറ്റ്</u>

നിങ്ങളുടെ സ്ഥാപനത്തിന് ഒരു ബിസിനസ് വെബ്സൈറ്റ് സൗജന്യമായി എങ്ങനെ ലഭിക്കും.

5 പ്രോഡക്ടുകൾ വരെ ആഡ് ചെയ്യാം/ പേയ്മെന്റ് ലിങ്ക് സംവിധാനം/ഇമേജ് ഗാലറി

കൂടുതൽ പ്രോഡക്ട് ആഡ് ചെയ്യാൻ ഏതെങ്കിലും പാക്കേജ് വാങ്ങേണ്ടി വരും. തുടക്കത്തിൽ കാര്യങ്ങൾ പഠിക്കാൻ ഈ വെബ്സൈറ്റ് ഉപയോഗിക്കാം. താഴെ കാണുന്ന ലിങ്ക് ഉപയോഗിച്ച് നിങ്ങളുടെ സൗജന്യ വെബ്സൈറ്റ് ആരംഭിക്കുക

http://open.ecwid.com/37cLB6

9

ശക്തമായ ഒരു ബ്രാൻഡ് വികസിപ്പിക്കുക

<u>ശക്തമായ ഒരു ബ്രാൻഡ് വികസിപ്പിക്കുക:</u>

തിരക്കേറിയ വിപണിയിൽ ബിസിനസുകളെ വേറിട്ടു നിർത്താൻ ശക്തമായ ബ്രാൻഡിന് കഴിയും. നന്നായി വികസിപ്പിച്ച ബ്രാൻഡിന് വിശ്വസ്തരായ ഉപഭോക്തൃ അടിത്തറ സൃഷ്ടിക്കാനും ഉപഭോക്തൃ ഇടപഴകൽ വർദ്ധിപ്പിക്കാനും കഴിയും. കമ്പനിയുടെ മൂല്യങ്ങൾ, ലക്ഷ്യങ്ങൾ, ടാർഗെറ്റ് പ്രേക്ഷകർ എന്നിവയുമായി പൊരുത്തപ്പെടുന്ന ഒരു ബ്രാൻഡ് തന്ത്രം വികസിപ്പിക്കുന്നത് ബിസിനസുകളെ അവരുടെ വളർച്ചാ ലക്ഷ്യങ്ങൾ കൈവരിക്കാൻ സഹായിക്കും.

<u>സാങ്കേതികവിദ്യ സ്വീകരിക്കുക:</u>

കാര്യക്ഷമത വർദ്ധിപ്പിക്കാനും ചെലവ് കുറയ്ക്കാനും കൂടുതൽ പ്രേക്ഷകരിലേക്ക് എത്തിച്ചേരാനും സാങ്കേതികവിദ്യ ബിസിനസുകളെ സഹായിക്കും. ഇ-കൊമേഴ്സ്, സോഷ്യൽ മീഡിയ, ക്ലൗഡ് അധിഷ്ഠിത സോഫ്റ്റ്‌വെയർ എന്നിവയുടെ വർദ്ധിച്ചുവരുന്ന ദത്തെടുക്കലിനൊപ്പം, ബിസിനസുകൾക്ക് അവരുടെ പ്രവർത്തനങ്ങൾ വളരാനും നിലനിർത്താനും ഈ സാങ്കേതികവിദ്യകൾ പ്രയോജനപ്പെടുത്താനാകും.

10

ഡിജിറ്റൽ മാർക്കറ്റിംഗ്-
പ്രധാന ഘടകങ്ങൾ

1. സെർച്ച് എൻജിൻ ഒപ്റ്റിമൈസേഷൻ(SEO)

ഗൂഗിൾ, യാഹൂ, ബിംഗ് തുടങ്ങിയ സെർച്ച് എൻജിനുകളിൽ ഏതെങ്കിലും ഒന്ന് ദിവസത്തിൽ ഒരിക്കലെങ്കിലും ഉപയോഗിക്കാതെ ജീവിക്കാനാവാത്ത അവസ്ഥയിലേക്ക് നമ്മളിന്ന് എത്തിയിട്ടുണ്ട്. നിത്യജീവിതവുമായി ബന്ധപ്പെട്ടും അല്ലാതെയും പലർക്കും ഇത്തരം സെർച്ച് എൻജിനുകളിൽ

തിരച്ചിൽ നടത്തേണ്ടി വരുന്നു. നിങ്ങളന്വേഷിക്കുന്ന കാര്യങ്ങൾ സംബന്ധിച്ച് ആയിരക്കണക്കിന് വിവരങ്ങൾ സെർച്ച് എൻജിനുകൾ തിരഞ്ഞുപിടിച്ച് മുന്നിലേക്ക് ഇട്ടുതരും. ഇത്തരം സെർച്ച് എൻജിൻ റിസൾട്ടുകളിൽ നിരവധി വെബ്പേജുകളും പരസ്യങ്ങളും ചിത്രങ്ങളും വീഡിയോകളും വാർത്തകളും എല്ലാം ഉണ്ടാകും.

ചില പ്രത്യേക അൽഗോരിതങ്ങളുടെ സഹായത്തോടെയാണ് ഇവ നിങ്ങളുടെ ഇൻപുട്ടുകൾക്കനുസരിച്ചുള്ള വിവരങ്ങൾ ശേഖരിച്ച് കൃത്യമായി നൽകുന്നത്. ഇത്തരം ഉത്തരങ്ങളിൽ ചില വെബ്സൈറ്റുകളും ബ്ലോഗുകളും ആദ്യപേജുകളിൽ ഇടംപിടിക്കാറുണ്ട്. സെർച്ച് എൻജിൻ ഒപ്റ്റിമൈസേഷൻ(SEO) എന്ന പ്രക്രിയ വഴിയാണ് ഇത് സാധ്യമാകുന്നത്. സെർച്ച് എൻജിനിൽ ലിസ്റ്റ് ചെയ്തിട്ടുള്ള ഒരു ഉല്പന്നത്തെ സ്വാഭാവികമായ രീതിയിൽ അന്വേഷിയുടെ തിരിച്ചിൽ വാക്കുകളുടെ അടിസ്ഥാനത്തിൽ ആദ്യമെത്തിക്കാനായി ബോധപൂർവ്വം ചെയ്യുന്ന പ്രവർത്തിയാണ് സെർച്ച് എൻജിൻ ഒപ്റ്റിമൈസേഷൻ(SEO). ഇതുവഴി വെബ്സൈറ്റ്, ബ്ലോഗ് തുടങ്ങി ഇന്റർനെറ്റുമായി ബന്ധപ്പെട്ട ഉല്പന്നങ്ങൾ കൂടുതൽ പേരിലേക്ക് എത്തപ്പെടുകയും(Reach)

പ്രകാശനം(Visibilty) ലഭിക്കുകയും ചെയ്യും. ഈ വിദ്യകൾ പഠിച്ചാൽ ആർക്കും സൗജന്യമായി ട്രാഫിക് വർദ്ധിപ്പിക്കുകയും അതുവഴി ഇന്റർനെറ്റ് മാർക്കറ്റിംഗ് കൂടുതൽ ഫലപ്രദമാക്കുകയും ചെയ്യാം. സെർച്ച് എൻജിൻ ഒപ്റ്റിമൈസേഷൻ വെബ്സൈറ്റുകളുടെയും വെബ്പേജുകളുടെയും റാങ്കിംഗ് ഉയർത്താനും ഏറെ സഹായകരമാണ്.

2.സെർച്ച് എൻജിൻ മാർക്കറ്റിംഗ്(SEM)

സെർച്ച് എൻജിനുകൾക്ക് പണം നൽകി സ്പോൺസർഡ് ആയി ചെയ്യുന്ന പ്രക്രിയയാണ് സെർച്ച് എൻജിൻ മാർക്കറ്റിംഗ്(SEM). സെർച്ച് എൻജിൻ ലിസ്റ്റിംഗിൽ ആദ്യം വരാൻ ഇത് സഹായിക്കും.പ്രധാനപ്പെട്ട സെർച്ച് എൻജിനുകളായ ഗൂഗിൾ, യാഹു, ബിംഗ് എന്നിവയെല്ലാം ഈ പെയ്ഡ് സേവനം കൊടുക്കുന്നുണ്ട്. വീഡിയോ, ലോക്കൽ ലിസ്റ്റിംഗ് തുടങ്ങി മിക്ക കണ്ടന്റുകളും ഇങ്ങനെ പ്രമോട്ട് ചെയ്യാം. പണം നൽകി ചെയ്യുന്ന പ്രവർത്തിയായതുകൊണ്ടുതന്നെ പേ പെർ ക്ലിക്(PPC) എന്നും ഇതറിയപ്പെടുന്നു.

<u>3. സോഷ്യൽ മീഡിയ ഒപ്റ്റിമൈസേഷൻ(*SMO*)</u>

ഒരുല്പന്നത്തെയോ ബ്രാൻഡിനെയോ വ്യക്തികളെയോ സംഭവത്തെയോ സമൂഹ മാധ്യമങ്ങൾ(*Social Media*) വഴി പ്രചരിപ്പിക്കുന്ന പ്രക്രിയയാണ് സോഷ്യൽ മീഡിയ ഒപ്റ്റിമൈസേഷൻ. ആർ.എസ്.എസ് ഫീഡുകൾ, സോഷ്യൽ ന്യൂസ് ആന്റ് ബുക്ക്മാർക്കിംഗ് സൈറ്റുകൾ ഫേസ്ബുക്ക്, ട്വിറ്റർ, ലിങ്ക്ഡിൻ തുടങ്ങിയ സോഷ്യൽ നെറ്റ്‌വർക്കിംഗ് സൈറ്റുകൾ, യൂട്യൂബ് വീഡിയോ ചാനലുകൾ ഉൾപ്പെടെ മറ്റ് ബ്ലോഗിംഗ് സൈറ്റുകൾ ഇവയെയെല്ലാം സമൂഹ മാധ്യമങ്ങളായി കണക്കാക്കാം.

സെർച്ച് എൻജിൻ ഒപ്റ്റിമൈസേഷൻ(*SEO*) പോലെ തന്നെയാണ് സോഷ്യൽ മീഡിയ ഒപ്റ്റിമൈസേഷനും(*SMO*). സോഷ്യൽ മീഡിയയിലും നെറ്റ്‌വർക്കിംഗ് സൈറ്റുകളിലും വെബ്‌സൈറ്റുകളെയോ ബ്രാൻഡുകളെയോ സംഭവങ്ങളെയോ വ്യക്തികളെയോ ഒപ്റ്റിമൈസ് ചെയ്യുന്നതിനെയാണ് സോഷ്യൽ മീഡിയ ഒപ്റ്റിമൈസേഷൻ എന്ന് പറയുന്നത്.

<u>4. സോഷ്യൽ മീഡിയ മാർക്കറ്റിംഗ്(*SMM*)</u>

സോഷ്യൽ മീഡിയ സൈറ്റുകളിലൂടെ വെബ്സൈറ്റ്, മൊബൈൽ ആപ്ലിക്കേഷൻ, ബ്രാൻഡ്, സംഭവം ഇവ പ്രചരിപ്പിക്കുന്നതിനെയാണ് സോഷ്യൽ മീഡിയ മാർക്കറ്റിംഗ് എന്ന് പറയുന്നത്. ഇതുവഴി ട്രാഫിക് ഗണ്യമായ രീതിയിൽ ഉയർത്താൻ കഴിയും. വാർത്തയോ ചിത്രങ്ങളോ ദൃശ്യങ്ങളോ ഇൻഫോഗ്രാഫിക്സുകളോ വഴി കാഴ്ചക്കാരുടെ ശ്രദ്ധ ആകർഷിച്ച് അവരെക്കൊണ്ട് തങ്ങളുടെ ഇടങ്ങളിലേക്ക് ഷെയർ ചെയ്യാൻ പ്രേരിപ്പിക്കുകയാണ് സോഷ്യൽ മീഡിയ മാർക്കറ്റിംഗിൽ ചെയ്യുന്നത്. സൗജന്യമായിത്തന്നെ ഏറെക്കുറെ ഫലംനേടാൻ ഇതിലൂടെ സാധിക്കും. ഇന്റർനെറ്റ് സൗകര്യമുണ്ടെങ്കിൽ കംപ്യൂട്ടറുകൾക്ക് പുറമെ മൊബൈൽഫോൺ, ടാബ്ലറ്റ് എന്നിവയിലൂടെയെല്ലാം സോഷ്യൽ മീഡിയ മാർക്കറ്റിംഗ് നടത്താം. ചിലവ് ഏറ്റവും കുറഞ്ഞതും ഇക്കാലത്ത് ഏറെ ഫലപ്രദവുമായ ഒന്നാണ് ഇത്.

5. ഡിസ്പ്ലേ അഡ്വർടൈസിംഗ്

വെബ്സൈറ്റുകളിലോ വെബ്പേജുകളിലോ കണ്ടന്റുകൾക്കൊപ്പം നൽകുന്ന

ചെറുബാനറുകളോ, ഇന്റർനെറ്റിൽ തന്നെ സൈറ്റുകളുപയോഗിക്കുന്നവരെ ലക്ഷ്യമിട്ടയക്കുന്ന സന്ദേശങ്ങളോ(Instant Messages), ഇമെയിലുകളോ ഒക്കെയാണ് ഡിസ്പ്ലേ അഡ്വർടൈസിംഗ് എന്നറിയിപ്പെടുന്നത്. ചിത്രങ്ങൾ, വീഡിയോ, ലോഗോ, ടെക്സ്റ്റ് ബാനർ, ജിഫ് ബാനർ എന്നിങ്ങനെ പല രൂപത്തിൽ വെബ് ഡിസ്പ്ലേ പരസ്യങ്ങൾ കാണാം. ഉപയോഗിക്കുന്നവരുടെയും ഗുണഭോക്താക്കളുടെയും സൗകര്യപ്രദമായ ലാൻഡിംഗ് പേജുകളും എച്ച്.ടി.എം.എൽ ബാനറുകളുമെല്ലാം ഡിസ്പ്ലേ അഡ്വർടൈസിംഗിന്റെ ഭാഗം തന്നെയാണ്.

6. ബാനർ എക്സ്ചേഞ്ച്

സൈറ്റുകളിലേക്ക് ആളുകളെ നയിക്കാനുള്ള ഏറ്റവും നല്ല ഉപായങ്ങളിലൊന്നാണ് ബാനർ എക്സ്ചേഞ്ച്. രണ്ട് സൈറ്റുകൾ തമ്മിൽ ബാനറുകൾ കൈമാറുകയാണ് ഇതിനായി ചെയ്യുന്നത്. എച്ച്.ടി.എം.എൽ കോഡുകൾ സൈറ്റുകളുടെ കോഡിൽ പേസ്റ്റ് ചെയ്യുക മൂലമാണ് ഇത് സാധ്യമാകുന്നത്.

7. കോൺടെക്സ്റ്റ്വൽ അഡ്വർടൈസിംഗ്

വെബ്സൈറ്റുകൾ ഉൾപ്പെടുന്ന ഇന്റർനെറ്റ് മാധ്യമങ്ങളിൽ കണ്ടെന്റുകളുടെ അടിസ്ഥാനത്തിൽ പ്രത്യേക വിഭാഗം ഉപയോക്താക്കളെ ലക്ഷ്യമിട്ട് നടത്തുന്ന അഡ്വർടൈസിംഗാണ് കോൺടെക്സ്റ്റ്വൽ അഡ്വർടൈസിംഗ്. ചില പ്രത്യേക കീ വേർഡുകളും കീ ഫ്രേസുകളും ഇതിനായി തിരഞ്ഞെടുക്കേണ്ടതുണ്ട്. ഈ വാക്കുകളോ വാചകങ്ങളോ ഉപയോഗിച്ചിരിക്കുന്ന വെബ്സൈറ്റുകളെ തിരഞ്ഞുപിടിച്ച് പരസ്യങ്ങൾ നൽകാനുള്ള സംവിധാനങ്ങളും ഇന്നുണ്ട്. അന്വേഷികൾ നൽകുന്ന കീ വേർഡുകൾക്കും കീ ഫ്രേസുകൾക്കും അനുസൃതമായി വെബ് ബ്രൗസറുകളിൽ നൽകുന്ന ഉത്തരങ്ങളിലും കോൺടെക്സ്റ്റ്വൽ അഡ്വർടൈസിംഗ് ചെയ്യാറുണ്ട്. അങ്ങനെയാണ് സ്പോർട്സ്, സിനിമ തുടങ്ങി പ്രത്യേക ഇനങ്ങൾ ഉൾപ്പെടുന്ന സൈറ്റുകളിലും സെർച്ച് ഉത്തരങ്ങളിലും അതുമായി ബന്ധപ്പെട്ട പരസ്യങ്ങൾ വരുന്നത്.

8. റവന്യൂ ഷെയറിംഗ്

കോസ്റ്റ് പെർ സെയ്ൽ എന്നും റവന്യൂ ഷെയറിംഗിനെ പറയാറുണ്ട്. അഫിലിയേറ്റ് മാർക്കറ്റിംഗിന്റെ ഭാഗമായാണ് 80 ശതമാനം റവന്യൂ ഷെയറിംഗും നടത്താറുള്ളത്. ഇ-കൊമേഴ്സ് സൈറ്റുകൾ അഫിലിയേറ്റുകൾക്ക് ഉല്പന്നങ്ങൾ വിറ്റ വിലയിൽ നിന്ന് ലഭിക്കുന്ന തുകയുടെ ഒരു നിശ്ചിത ശതമാനം നൽകുന്നു. ഇത് മിക്കവാറും നികുതി, ഷിപ്പിംഗ് ചാർജ് പോലുള്ള മൂന്നാംപാർട്ടികളുടെ ചിലവ് ഒഴിച്ച തുകയിൽ നിന്നാണ് കണ്ടെത്തുന്നത്. ഓൺലൈനുകൾ വഴി പുതിയ ഉപഭോക്താക്കളെ കണ്ടെത്തി വ്യാപാര ശൃംഖലകൾ രൂപീകരിക്കുന്നതിന് കമ്മീഷൻ നൽകുന്നതും റവന്യൂ ഷെയറിംഗിൽ വരും. പണം നൽകി ഓൺലൈൻ സൈനപ്പിലൂടെ പരസ്യ കണ്ടന്റുകൾ എഴുതുകയോ പ്രചരിപ്പിക്കുകയോ ചെയ്യുന്നതും ഖവന്യൂ ഷെയറിംഗാണ്.

9. വീഡിയോ മാർക്കറ്റിംഗ്

യൂട്യൂബ്, ഫേസ്ബുക്ക്, വിമിയോ തുടങ്ങിയ സമൂഹമാധ്യമങ്ങളിലൂടെ പ്രത്യേക വിഷയത്തിൽ പ്രത്യേക ഉദ്ദേശത്തോടെ തയ്യാറാക്കിയ വീഡിയോകൾ പ്രചരിപ്പിക്കുകയാണ് വീഡിയോ മാർക്കറ്റിംഗിൽ ചെയ്യുന്നത്.

<u>10. വെബിനാർ</u>

ഒരുസ്ഥാപനമോ കമ്പനിയോ നേരിട്ട് തങ്ങളുടെ ഉപഭോക്താക്കളുമായി കംപ്യൂട്ടറിലൂടെ ഇന്റർനെറ്റ് മാധ്യമമാക്കി നടത്തുന്ന ഓൺലൈൻ പരിപാടിയാണ് വെബിനാർ. വെബ്കാസ്റ്റ്, വെബ് സെമിനാർ എന്നും വെബിനാറിനെ പറയാറുണ്ട്.

<u>11. ഇമെയ്ൽ മാർക്കറ്റിംഗ്</u>

ഒരുകൂട്ടം ആളുകളിലേക്ക് അവരുടെ ഇമെയ്ലുകൾ വഴി ബിസിനസ് സന്ദേശം അയക്കുന്നതാണ് ഇമെയ്ൽ മാർക്കറ്റിംഗ്. ഉല്പന്നങ്ങളുടെ പരസ്യമോ, ബിസിനസ് അഭ്യർത്ഥനയോ, സേവനങ്ങളുടെ അറിയിപ്പോ ഒക്കെയാണ് ഇതുവഴി ലക്ഷ്യമിടുന്നത്. വിശ്വാസ്യത കൂട്ടൽ, നേരിട്ട് ബോധ്യപ്പെടുത്തൽ എന്നിങ്ങനെയുള്ള ബ്രാൻഡ്

ബോധവത്കരണമാണ് ഇമെയ്ൽ മാർക്കറ്റിംഗിലൂടെ സാധ്യമാകുന്നത്. ടാർഗറ്റഡ് ഗ്രൂപ്പുകളുടെ ഇമെയ്ൽ ഡേറ്റാബേസുകൾ ഇതിനായി ഡിജിറ്റൽ മാർക്കറ്റിംഗ് സ്ഥാപനങ്ങൾ തയ്യാറാക്കേണ്ടതുണ്ട്. പുതിയ ഉപഭോക്താക്കളെയും നിലവിലുള്ളവരെയും ഉദ്ദേശിച്ച് ഇമെയ്ൽ മാർക്കറ്റിംഗ് നടത്താറുണ്ട്.

12. ഇ-ബുക്ക്

ഇലക്ട്രോണിക് ബുക്കിന്റെ ചുരുക്കെഴുത്താണ് ഇ-ബുക്ക്. ഇത്തരം ബുക്കുകൾ ഇന്റർനെറ്റ് വഴി ഡൗൺലോഡ് ചെയ്യാം. പി.ഡി.എഫ്. റിച്ച് ടെക്സ്റ്റ് ഫോർമാറ്റ്, ഇമേജ് ഫയലുകൾ തുടങ്ങി വിവിധ ഫോർമാറ്റുകളിൽ ഇ-ബുക്കുകൾ തയ്യാറാക്കാറുണ്ട്.

13. വൈറ്റ് പേപ്പർ

ഒരു പ്രശ്നപരിഹാരത്തിനോ പ്രത്യേക തീരുമാനം എടുക്കാനോ എന്തിനേക്കുറിച്ചെങ്കിലും മനസ്സിലാക്കാനോ ആയി തയ്യാറാക്കുന്ന ആധികാരിക രേഖയോ ഗൈഡോ ആണ് വൈറ്റ് പേപ്പർ. സർക്കാർ സ്ഥാപനങ്ങളോ, ബിസിനസ് സ്ഥാപനങ്ങൾ തമ്മിലുള്ള ആവശ്യങ്ങൾക്കായോ ആണ്

പ്രധാനമായും വൈറ്റ് പേപ്പറുകൾ തയ്യാറാക്കുന്നത്. ഗ്രേ ലിറ്ററേച്ചറെന്നും(*Grey Literature*) എന്നും ഇതറിയപ്പെടുന്നുണ്ട്. വാണിജ്യേതര ലക്ഷ്യമാണ് വൈറ്റ് പേപ്പറുകൾക്ക് വഹിക്കാനുള്ളത്.

14. കേസ് സ്റ്റഡീസ്

പ്രത്യേക ബിസിനസിനെക്കുറിച്ചോ വിജയിച്ച വ്യക്തികളെക്കുറിച്ചോ സ്ഥാപനങ്ങളെപ്പറ്റിയോ ഉള്ള പഠനമാണ് കേസ് സ്റ്റഡീസ്. പ്രതിസന്ധികളേക്കുറിച്ചും പ്രശ്നങ്ങളെപ്പറ്റിയും സാഹചര്യങ്ങളെ മനസ്സിലാക്കാനുമെല്ലാം നല്ല കേസ് സ്റ്റഡീസുകൾക്ക് കഴിയും. ഇത് ബിസിനസിനേക്കുറിച്ച് കൂടുതൽ അവബോധം ഉണ്ടാകാൻ സഹായിക്കുന്നു. കക്ഷിയുടെ ലക്ഷ്യമനുസരിച്ച് വലുതും ചെറുതുമായ കേസ് സ്റ്റഡികൾ തയ്യാറാക്കാം.

15. ഇൻഫോഗ്രാഫിക്സ്

സങ്കീർണമായ വിവരങ്ങളോ ഡേറ്റകളോ അറിവോ ഗ്രാഫിക്സിന്റെ സഹായത്തോടെ സചിത്രമായി വിവരിക്കുന്നതാണ് ഇൻഫോഗ്രാഫിക്സ്. കാഴ്ചക്കാരുടെ ശ്രദ്ധ

നേടാനും എളുപ്പത്തിൽ കാര്യങ്ങൾ മനസ്സിലാക്കിക്കൊടുക്കാനും ഏറ്റവും ഫലപ്രദമായ മാർഗ്ഗമാണ് ഇൻഫോഗ്രാഫിക്സ്. ഡേറ്റാ വിഷ്വലൈസേഷൻ, ഇൻഫോർമേഷൻ ഡിസൈൻ, ഇൻഫോർമേഷൻ ആർക്കിടെക്ച്ചർ എന്നൊക്കെ ഇൻഫോഗ്രാഫിക്സിനെ വിശേഷിപ്പിക്കാറുണ്ട്.

16. പെയ്ഡ് ടു ക്ലിക് (Paid To Click- PTC)

വീട്ടിലിരുന്ന് പണമുണ്ടാക്കാൻ സാധിക്കുന്ന വിദ്യയാണ് പെയ്ഡ് ടു ക്ലിക് അഥവാ PTC. ഓൺലൈൻ ട്രാഫിക്ക് കൂട്ടാൻ സഹായിക്കുന്ന സൈറ്റുകളാണ് ഇത്തരം ടൂളുകൾ വികസിപ്പിച്ചിട്ടുള്ളത്. പരസ്യ ദാതാക്കൾക്കും ഉപഭോക്താക്കൾ ഇടയിലുള്ളവരായാണ് ഇത്തരം വെബ്സൈറ്റുകൾ പ്രവർത്തിക്കുന്നത്. PTC വെബ്സൈറ്റുകളിൽ പരസ്യങ്ങൾ പ്രദർശിപ്പിക്കുന്നതിന് പണം നൽകണം. കാഴ്ചക്കാർ ഈ പരസ്യങ്ങൾ കാണുമ്പോൾ അവർക്കും ഈ പണത്തിന്റെ വിഹിതം സൈറ്റുകൾ ക്രെഡിറ്റുകളായി നൽകും. ഓൺലൈൻ അഫിലിയേറ്റ് മാർക്കറ്റിംഗ് പ്രോഗ്രാമുകൾ പോലെ പുതിയ അംഗങ്ങളെ ചേർക്കുന്നതവർക്ക് കമ്മീഷനും ലഭിക്കും. റഫറലുകൾ എന്നറിയപ്പെടുന്ന പുതിയ അംഗങ്ങൾ മറ്റാളുകളെ ചേർക്കുമ്പോഴും മൾട്ടി

ലെവൽ മാർക്കറ്റിംഗ് പോലെ നിശ്ചിത ശതമാനം കമ്മീഷൻ ആദ്യം ചേർത്തവർക്ക് കിട്ടിക്കൊണ്ടിരിക്കും.

17. ബ്ലോഗ്

ആർട്ടിക്കിളുകളുടെയോ ചെറുകുറിപ്പികളുടെയോ കൂട്ടമാണ് ബ്ലോഗുകൾ. വെബ്സൈറ്റുകളിലും സ്വതന്ത്രമായും ബ്ലോഗുകളുണ്ട്. പലപ്പോഴും ആധികാരികമായ പല കുറിപ്പുകളും ബ്ലോഗുകളിൽ കാണാറുണ്ട്. എഴുത്തുകൾക്ക് പുറമെ ശബ്ദ ശകലങ്ങളും ദൃശ്യ ശകലങ്ങളും ബ്ലോഗിൽ ഉൾപ്പെടുത്താറുണ്ട്. സെർച്ച് എൻജിൻ റാങ്കുകളിൽ സൈറ്റുകൾ ഒന്നാമതെത്താൻ ഏറെ സഹായിക്കുന്ന ഉപാധിയാണ് ബ്ലോഗുകൾ.

18. ഫോറം

സംവാദ വേദിയൊരുക്കുന്ന സൈറ്റുകളാണ് ഫോറം. ഫോറത്തിൽ അംഗങ്ങളായവർക്ക് വിഷയങ്ങൾ പ്രസിദ്ധീകരിക്കാനും ചർച്ചകളിൽ പങ്കെടുക്കാനുമെല്ലാം അവസരമുണ്ട്. ഒരു വെർച്ചൽ(അപ്രത്യക്ഷരായ) സമൂഹം ഫോറത്തിൽ പങ്കുവെയ്ക്കുന്ന വിഷയങ്ങൾ

ഏറ്റെടുക്കയും മികച്ച ചർച്ചകൾക്ക് വേദിയൊരുക്കുകയും ചെയ്യുന്നു.

19. റിവ്യൂ സൈറ്റ്

നിരൂപണങ്ങൾ പങ്കുവെയ്ക്കാനുള്ള സൈറ്റുകളാണ് റിവ്യൂ സൈറ്റ്. ബിസിനസ്, ഉല്പന്നങ്ങൾ, സേവനങ്ങൾ, വ്യക്തികൾ എന്നിവയേക്കുറിച്ചെല്ലാം റിവ്യൂ സൈറ്റുകളിൽ അഭിപ്രായം പങ്കുവെയ്ക്കാം. വിദഗ്ധരും അല്ലാത്തവരുമെല്ലാം റിവ്യൂ സൈറ്റുകളിൽ തങ്ങളുടെ അഭിപ്രായങ്ങൾ എഴുതാറുണ്ട്.

20. ഗ്രൂപ്പ്

ഗൂഗിളിലോ യാഹുവിലോ ഫേസ് ബുക്ക് ഉൾപ്പെടെയുള്ള സോഷ്യൽ മീഡിയയിലോ ഒരുകൂട്ടം ആളുകളെ ചേർത്താണ് ഗ്രൂപ്പ് ഉണ്ടാക്കുന്നത്. ഇത് പബ്ലിക് ഗ്രൂപ്പോ പ്രൈവറ്റ് ഗ്രൂപ്പോ ആകാം. പബ്ലിക് ഗ്രൂപ്പ് ആണെങ്കിൽ അംഗമാകുന്ന ആർക്കും പുതിയ അംഗങ്ങളെ ചേർക്കാം. പ്രൈവറ്റാണെങ്കിൽ ഗ്രൂപ്പ് ഉടമസ്ഥന് മാത്രമെ അതിനുള്ള അവസരം ഉണ്ടായിരിക്കുകയുള്ളൂ. ചില ഗ്രൂപ്പുകളിൽ അഡ്മിൻ പോസ്റ്റ് ചെയ്യുന്ന പോസ്റ്റുകൾ മാത്രമെ അംഗങ്ങൾക്ക് കാണാൻ സാധിക്കൂ.

അതേസമയം ഫോറം പോലെ എല്ലാവർക്കും പോസ്റ്റിടാനും ചർച്ച നടത്താനും പറ്റുന്ന ഗ്രൂപ്പുകളും ഉണ്ട്.

21. ആർട്ടിക്കിൾ മാർക്കറ്റിംഗ്

ഉല്പന്നത്തിന്റെയോ സേവനത്തിന്റെയോ സ്ഥാപനത്തിന്റെയോ ഏതെങ്കിലും സംഭവങ്ങളുടെയോ ലേഖനങ്ങൾ മറ്റ് വെബ്സൈറ്റുകളിൽ പോസ്റ്റ് ചെയ്യുന്നതാണ് ആർട്ടിക്കിൾ മാർക്കറ്റിംഗ്. ഇതുവഴി കക്ഷികളുടെ സൈറ്റുകളിലേക്ക് ട്രാഫിക് കൂടുകയും മെച്ചപ്പെട്ട രീതിയിൽ ബിസിനസ് നടക്കുകയും ചെയ്യും. വിവര സമ്പന്നമായ നല്ല ലേഖനങ്ങൾ തയ്യാറാക്കുകയാണ് ഇതിനായി ചെയ്യേണ്ടത്. ഇത്തരം ലേഖനങ്ങളിൽ കക്ഷിയുടെ(Client) സൈറ്റുകളിലേക്കുള്ള ലിങ്കുകൾ ഉൾപ്പെടുത്താം. ലിങ്ക് ബിൾഡിംഗ് വഴി മികച്ച സെർച്ച് എഞ്ചിൻ റിസൾട്ടും കിട്ടും. ആർട്ടിക്കിൾ മാർക്കറ്റിംഗ് ലിങ്ക് ബിൾഡിംഗിലെ ഏറ്റവും തന്ത്രപ്രധാന കാര്യങ്ങളിലൊന്നാണ്. മികച്ച എസ്.ഇ.ഓ ഫലം ഉണ്ടാകണമെങ്കിൽ ഈ പ്രവർത്തി അനിവാര്യമാണ്.

22. പ്രസ് റിലീസ്

ഏറ്റവും പ്രധാനപ്പെട്ട പബ്ലിക് റിലേഷൻ ഉപാധികളിൽ ഒന്നാണ് പ്രസ് റിലീസ്. വാർത്താ മാധ്യമങ്ങളെ ഉദ്ദേശിച്ച് കക്ഷികൾക്ക് വേണ്ടി തയ്യാറാക്കുന്ന വിവരമാണ് ഇത്. ബഹുജനമാധ്യമങ്ങൾ(Mass Media) വഴി പ്രസ് റിലീസുകൾ ജനങ്ങളിലേക്ക് എത്തും. സമൂഹത്തെ ബോധവൽക്കരിക്കാനോ ധാരണകൾ മാറ്റാനോ അഭിരുചികൾ രൂപപ്പെടുത്താനോ അറിയിക്കാനോ ഒക്കെയാണ് സാധാരണയായി പ്രസ് റിലീസുകൾ പുറത്തിറക്കുന്നത്. ഡിജിറ്റൽ ഇടങ്ങളിൽ പ്രസ് റിലീസുകൾ കൈകാര്യം ചെയ്യാനായി പ്രത്യേകം സൈറ്റുകൾ തന്നെയുണ്ട്.

23. ഇ-ന്യൂസ് ലെറ്റർ

പ്രത്യേക വിഭാഗത്തെ ലക്ഷ്യമിട്ട് പ്രസിദ്ധീകരിക്കുന്നതാണ് ഇ-ന്യൂസ് ലെറ്ററുകൾ. ബിസിനസ്. സന്നദ്ധ പ്രവർത്തനം, മറ്റ് മതകാര്യങ്ങൾ എന്നിവയ്ക്കൊക്കെ ഇതുപയോഗിക്കാറുണ്ട്. ഉപഭോക്താക്കളുടെ അഭിരുചി മനസ്സിലാക്കി വേണം ഇ-ന്യൂസ് ലെറ്ററുകൾ തയ്യാറാക്കേണ്ടത്. ഉല്പന്നങ്ങളുടെയോ സ്വനങ്ങളുടെയോ പ്രമോഷന് വേണ്ടിയും ഇ-ന്യൂസ് ലെറ്റർ തയ്യാറാക്കാറുണ്ട്. ഇന്റർനെറ്റിൽ ധാരാളം ഇ-ന്യൂസ് ലെറ്റർ ഡയറക്ടറികളുണ്ട്. ഈ

ഡയറക്ടറികളിൽ സൈനപ്പ് ചെയ്താൽ സൗജന്യമായി താത്പര്യമനുസരിച്ചുള്ള പ്രസിദ്ധീകരണങ്ങൾ വായിക്കാം.

24. ലാൻഡിംഗ് പേജ്

ബിസിനസ് പ്രമോഷന്റെ ഭാഗമായി നിശ്ചയിക്കപ്പെട്ട ഒരു കാര്യത്തിനായി ഉണ്ടാക്കുന്ന വെബ്പേജാണ് ലാൻഡിംഗ് പേജ്. പ്രൈമറി വെബ്സൈറ്റുമായി ഈ വെബ്പേജിന് ബന്ധുമുണ്ടാകില്ല. ഇത്തരം സേവനം സൗജന്യമായും അല്ലാതെയും നൽകുന്ന നിരവധി വെബ്സൈറ്റുകൾ ഇന്റർനെറ്റിലുണ്ട്.

11

എങ്ങനെ മികച്ച രീതിയിൽ ഡിജിറ്റൽ മാർക്കറ്റിംഗ് ഉപയോഗിക്കാം ?

ഡിജിറ്റൽ മാർക്കറ്റിംഗ് എങ്ങനെ മികച്ച രീതിയിൽ ഉപയോഗിക്കാം, അതിലൂടെ എങ്ങനെ കസ്റ്റമേഴ്സിലേക്ക് കൂടുതൽ അടുക്കാം എന്ന കാര്യങ്ങൾ ഇന്ന് നന്നായി അറിഞ്ഞിരിക്കണം.

എങ്ങനെ മികച്ച രീതിയിൽ ഡിജിറ്റൽ മാർക്കറ്റിംഗ് ഉപയോഗിക്കാം ?

ഇന്റർനെറ്റ് എന്നതിനെ ജീവനാഡിയാക്കി കുതിച്ചുമുന്നേറുന്ന ഡിജിറ്റൽ സംവിധാനമാണിത്. ലളിതമായ വാക്കുകളിൽ പറഞ്ഞാൽ, ഡിജിറ്റൽ ചാനലുകളുടെ സഹായത്താൽ നിങ്ങളുടെ ഉൽപ്പന്നങ്ങളും സേവനങ്ങളും മാർക്കറ്റ് ചെയ്യുന്നതാണ് ഡിജിറ്റൽ മാർക്കറ്റിംഗ്.

<u>ഏതൊക്കെയാണ് ഡിജിറ്റൽ ചാനലുകൾ?</u>

<u>പ്രധാനമായും ഏഴ് ഡിജിറ്റൽ ചാനലുകളാണുള്ളത്.</u>

<u>1.വെബ്സൈറ്റ്</u>

നിങ്ങളുടെ വെർച്വസൽ ഓഫീസായി 24/7 പ്രവർത്തിക്കും. വെബ്സൈറ്റ് സന്ദർശിക്കുന്നവർക്ക് സവിശേഷമായൊരു അനുഭവം അതിലൂടെ പകരാനാകും. $ കണ്ടന്റ് മാർക്കറ്റിംഗ്- നിങ്ങളുടെ ബ്രാൻഡിന് വ്യക്തിത്വവും തനിമയും സൃഷ്ടിക്കും $ സോഷ്യൽ മീഡിയ മാർക്കറ്റിംഗ് - നിങ്ങളുടെ ബിസിനസിന്റെ വിസിബിലിറ്റി കൂട്ടാൻ സഹായിക്കും കൂടുതൽ ഇന്ററാക്ട്ടീവ് ആകും.

2.സെർച്ച് എൻജിൻ ഒപ്റ്റിമൈസേഷൻ (SEO):

നിങ്ങളുടെ ബിസിനസ് വിസിബിലിറ്റി കൂട്ടുന്നതിനൊപ്പം സെർച്ചബിലിറ്റിയും വർധിപ്പിക്കും. ഡിസ്പ്ലേ & വീഡിയോ അഡ്വർടൈസിംഗ്: നിങ്ങൾ ലക്ഷ്യമിടുന്ന കസ്റ്റമേഴ്സിലേക്കുള്ള ലീഡ്സും ട്രാഫിക്കും കൂട്ടും.

3.പെയ്ഡ് സെർച്ച് (പേ-പെർ-ക്ലിക്ക്):

താൽപ്പര്യമുള്ള ആളുകളെ നിങ്ങളുടെ സൈറ്റിലേക്ക് ആകർഷിക്കും.

4.ഇ-മെയൽ-മാർക്കറ്റിംഗ്:

നിങ്ങളുടെ കണ്ടന്റുകൾ ശരിയായ സമയത്ത് കസ്റ്റമേഴ്സിലേക്കെത്തും. ഡിജിറ്റൽ മാർക്കറ്റിംഗിൽ നിന്ന് പ്രതീക്ഷിക്കുന്ന നേട്ടം ലഭിക്കാൻ ഈ ഏഴ് രീതികളും കൃത്യമായി ഉപയോഗിക്കുന്നതാണ് ഉചിതം. ഈ ഡിജിറ്റൽ ചാനലുകളിൽ മിക്ക ബിസിനസുകൾക്കും സ്വന്തമായൊരു വെബ്സൈറ്റുണ്ടാകും. സോഷ്യൽ മീഡിയയിൽ സാന്നിധ്യവും കാണും. വെബ്സൈറ്റ് നിങ്ങളുടെ

ബിസിനസിന് ഓൺലൈൻ ഐഡന്റിറ്റി നൽകുമ്പോൾ സോഷ്യൽ മീഡിയ അത് കൂടുതൽ പേരിലേക്ക് എത്തിക്കാനും സഹായിക്കുന്നു.

5.മീഡിയ ചാനലുകൾ

ഡിജിറ്റൽ മാർക്കറ്റിംഗിന്റെ ഭാഗമായി മൂന്ന് വ്യത്യസ്ത ചാനലുകൾ നിങ്ങൾ മാനേജ് ചെയ്യേണ്ടതായിരിക്കുന്നു.

1.സ്വന്തം മീഡിയ:

നിങ്ങളുടെ വെബ്‌സൈറ്റ്, മൊബീൽ ആപ്പ്,ബ്ലോഗ്, സോഷ്യൽ മീഡിയ, ന്യൂസ് ലെറ്റർ തുടങ്ങിയവ. ഇത് നിങ്ങൾ, നിങ്ങൾക്കുവേണ്ടി തന്നെ സൃഷ്ടിച്ചവയാണ്. അതിന്റെ പൂർണ നിയന്ത്രണം നിങ്ങൾക്കു തന്നെയാണ്. നിങ്ങളുടെ ബ്രാൻഡിന്റെ വ്യക്തിത്വം വളർത്തിയെടുക്കാനും വിശ്വാസ്യതയും നിയമസാധുതയും കാലക്രമേണ വളർത്തിയെടുക്കാൻ സഹായിക്കും.

2.പെയ്ഡ് മീഡിയ:

നിങ്ങളുടെ വെബ്സൈറ്റിലേക്കുള്ള ട്രാഫിക്ക് കൂട്ടാനും നിങ്ങളുടെ ഉൽപ്പന്നങ്ങളോ സേവനങ്ങളോ കൂടുതൽ പേരിലേക്കെത്താനും വേണ്ടി നിങ്ങൾ പണം ചെലവിട്ട് ചെയ്യുന്ന പരസ്യമോ മീഡിയയോ ആണിത്. ഇത് നിങ്ങളുടെ സ്വന്തം മീഡിയയിലേക്കുള്ള ട്രാഫിക്ക് കൂട്ടാൻ സഹായിക്കും.കൂടുതൽ പേരിൽ നിങ്ങളുടെ ബിസിനസിനെ കുറിച്ചുള്ള അവബോധം വളർത്താനും ഉപകരിക്കും. സോഷ്യൽ ആഡ്സ്, ബാനർ ആഡ്സ്, വീഡിയോ ആഡ്സ്, സെർച്ച് ആഡ്സ് എന്നിവയാണ് ഇതിനുള്ള ഉദാഹരണം.

3.ആർജ്ജിത മീഡിയ:

നിങ്ങളെ കുറിച്ച് ജനങ്ങൾ സംസാരിക്കുന്നതോ അല്ലെങ്കിൽ നിങ്ങളുടെ ബിസിനസുമായി ബന്ധപ്പെട്ട കണ്ടന്റ് ഷെയർ ചെയ്യപ്പെടുന്നതോ ആണിത്. തികച്ചും സൗജന്യമായി നടക്കുന്ന കാര്യമാണിത്.തികച്ചും സൗജന്യമായി നടക്കുന്ന കാര്യമാണിത്. പെയ്ഡ് മീഡിയേക്കാൾ വേഗത്തിലും കാര്യക്ഷമമായും വിശ്വാസ്യത വിശ്വാസ്യതയും ശ്രദ്ധയും നേടിയെടുക്കാൻ ഇത് ഉപകരിക്കും. നിങ്ങളൊരു നല്ല കണ്ടന്റ്

സൃഷ്ടിക്കുകയും അത് പെയ്ഡ് മീഡിയയിൽ ഉൾപ്പടെ എല്ലായിടത്തും വ്യാപകമായി ഷെയർ ചെയ്യപ്പെടുകയും അതിലൂടെ ജനങ്ങൾ അറിയാതെ തന്നെ അത് ശ്രദ്ധിക്കുന്നു. പുതിയ ഒരു കാര്യത്തെ കുറിച്ചുള്ള അറിവാകാം, അല്ലെങ്കിൽ കാലികമായി പ്രസക്തിയുള്ള കാര്യമാകാം, അതുമല്ലെങ്കിൽ സ്വയം മറന്ന് ചിരിക്കാൻ പറ്റുന്നതാകാം കണ്ടന്റ്. ഇങ്ങനെയുള്ള കണ്ടന്റുകളാണ് ഷെയർ ചെയ്യപ്പെടുന്നത്. പെയ്ഡ് മീഡിയ നിങ്ങളുടെ സ്വന്തം മീഡിയയിലേക്ക് ആളുകളെ കയറ്റും. അത് ആർജിത മീഡിയ സ്വന്തമാക്കുന്നതിലേക്കും നയിക്കും. ഏതൊരു ഡിജിറ്റൽ മാർക്കറ്റിംഗുകാരന്റെയും വലിയ ലക്ഷ്യം തന്നെ അതാണ്.

6.ഡിജിറ്റൽ ബ്രാൻഡിംഗ്

നിങ്ങൾ സജീവമായി ഡിജിറ്റൽ മാർക്കറ്റിംഗ് ചെയ്തു തുടങ്ങുമ്പോൾ നിങ്ങളുടെ ബിസിനസുമായി അല്ലെങ്കിൽ ബ്രാൻഡുമായി ചേർന്നുനിൽക്കുന്ന മൂന്ന് കാര്യങ്ങൾ ശ്രദ്ധിക്കണം. വോയ്സ്, ഫുട്പ്രിന്റ്, ഷാഡോ എന്നിവയാണവ. നിങ്ങളുടെ സ്വന്തം മീഡിയയിലൂടെ നിങ്ങളുടെ ബ്രാൻഡിനെ അല്ലെങ്കിൽ ബിസിനസിനെ കുറിച്ച് നിരന്തരം പറയാൻ ശ്രമിക്കുന്ന കാര്യമാണ് നിങ്ങളുടെ വോയ്സ്. നിങ്ങൾ സൃഷ്ടിച്ച ഡാറ്റ, അല്ലെങ്കിൽ

നിങ്ങളുടെ ബ്രാൻഡിനെ അല്ലെങ്കിൽ ബിസിനസിനെ കുറിച്ച് നിരന്തരം പറയാൻ ശ്രമിക്കുന്ന കാര്യമാണ്. നിങ്ങളുടെ വോയ്സ്. നിങ്ങൾ സൃഷ്ടിച്ച ഡാറ്റ, അല്ലെങ്കിൽ നിങ്ങളുടെ ഓൺലൈൻ ആക്ടിവിറ്റിയുടെ തെളിവുകളാണ് ഫുട്പ്രിന്റ്. നിങ്ങളുടെ ഫുട്പ്രിന്റ് അവശേഷിപ്പിക്കുന്നതെല്ലാം ഷാഡോയായി പരിണമിക്കും. അതായത് നിങ്ങൾ അപ്ലോഡ് ചെയ്ത ഫോട്ടോകൾ, റിവ്യൂകൾ, കമന്റുകൾ അങ്ങനെയെല്ലാം. അതായത് ഡിജിറ്റൽ പ്ലാറ്റ്ഫോമിലെ നിഴലുകളാണവയെല്ലാം. നിങ്ങൾക്ക് നിങ്ങളുടെ വോയ്സ് നിയന്ത്രിക്കാനാകും. പക്ഷേ ഫുട്പ്രിന്റും ഷാഡോയും നിങ്ങളുടെ വരുതിയിൽ അല്ല. ഇവയെല്ലാം നിങ്ങളുടെ ബ്രാൻഡിന്റെയും ബിസിനസിന്റെയും വിശ്വാസ്യത ഏറെ ബാധിക്കുന്നവയുമാണ്.

7.ഗൂഗ്ൾ സെർച്ച് വഴി കസ്റ്റമേഴ്സ് നിങ്ങളെ കണ്ടെത്തും.

യാത്ര തുടങ്ങാം നിങ്ങളുടെ കസ്റ്റമറിലേക്ക് ആഗോളതലത്തിൽ, ഗൂഗ്ൾ പ്രതിദിനം 3.5 ബില്യൺ സെർച്ചുകളാണ് പ്രോസസ് ചെയ്യുന്നത്. ഓരോ സെക്കന്റിലും 40,000 സെർച്ചുകൾ പ്രോസസ് ചെയ്യപ്പെടുന്നുവെന്ന് കണക്കാക്കാം. നമ്മൾ തന്നെ

ഒരുദിവസം എത്രയോ വട്ടം ഗൂഗ്ളിനെ ആശ്രയിക്കുന്നു. ഏതാണ്ട് പകുതിയോളം പ്രോഡക്റ്റ് സെർച്ചുകളും ആരംഭിക്കുന്നത് ഗൂഗ്ളിൽ നിന്നാണ്. ഈ കണക്കുകൾ, നിങ്ങൾ കസ്റ്റമേഴ്സിലേക്ക് എവിടെ നിന്ന് യാത്ര തുടങ്ങണം എന്നതിനെയാണ് സൂചിപ്പിക്കുന്നത്. ഗൂഗ്ൾ സെർച്ച് വഴി കസ്റ്റമേഴ്സ് നിങ്ങളെ കണ്ടെത്തുകയും അവർ ഓൺലൈനിൽ കാണുന്നത് അനുസരിച്ച് നിങ്ങളെ കുറിച്ചുള്ള അഭിപ്രായ രൂപീകരണം നടത്തുകയും ചെയ്യുന്നു.

ഒരു ബിസിനസ് എന്ന നിലയ്ക്ക് ഓൺലൈൻ സാന്നിധ്യം വേണ്ടെന്ന് വെയ്ക്കാനാകുമോ? ഒരിക്കലുമില്ല. നിങ്ങൾ ഡിജിറ്റൽ പ്ലാറ്റ്ഫോമിൽ സജീവമല്ലെങ്കിൽ അങ്ങനെയുള്ള നിങ്ങളുടെ എതിരാളികൾ നിങ്ങളുടെ കസ്റ്റമേഴ്സിനെ സ്വന്തമാക്കും. ഡിജിറ്റൽ മാർക്കറ്റിംഗ് വേണ്ടയെന്ന് വെയ്ക്കാനൊന്നും ഇക്കാലത്ത് പറ്റില്ല.

നിങ്ങളുടെ ഡിജിറ്റൽ മാർക്കറ്റിംഗ് സ്റ്റാർട്ട് ചെയ്യാൻ ചില കാര്യങ്ങൾ

1. നിലവിൽ ഗൂഗ്ൾ സെർച്ച് റിസൾട്ടിൽ നിങ്ങളുടെ ബിസിനസിന്റെ സ്ഥാനമെന്താണ്.

എങ്ങനെ അത് പരിശോധിക്കാം:

ഗൂഗ്ൾ സെർച്ച് ബാറിൽ നിങ്ങളുടെ ബിസിനസ് നാമമോ ബ്രാൻഡ് നാമമോ പൂർണമായി ടൈപ്പ് ചെയ്യുക. അടുത്തതായി, നിങ്ങളുടെ ബിസിനസുമായി ബന്ധപ്പെട്ട ഒരു കീ വേർഡ് സെർച്ച് ബാറിൽ ടൈപ്പ് ചെയ്യുക.ഓരോ സമയവും ലഭിക്കുന്ന കാര്യങ്ങൾ ഒരു കസ്റ്റമറുടെ ദൃഷ്ടിയിൽ പരിശോധിക്കുക.

ഇങ്ങനെ ചെയ്യുമ്പോൾ തെളിഞ്ഞുവരുന്ന ലിങ്ക് നിങ്ങളുടെ ബിസിനസിനെ കുറിച്ച് കൂടുതൽ അറിയാൻ വേണ്ടി ക്ലിക്ക് ചെയ്യാൻ പ്രേരിപ്പിക്കുന്നുണ്ടോ?

കീ വേർഡ് സെർച്ചിംഗിൽ നിങ്ങൾ ഗൂഗ്ൾ സെർച്ച് റിസൾട്ടിന്റെ ആദ്യ പേജിൽ തന്നെ വരുന്നുണ്ടോ?

സെർച്ച് റിസൾട്ടിൽ, നിങ്ങളുടെ വോയ്സ്, ഫുട്പ്രിന്റ്, ഷാഡോ എന്നിവ പരിശോധിക്കുക. നിങ്ങൾക്കെന്തെങ്കിലും ഡിലീറ്റ് ചെയ്യേണ്ടതുണ്ടോ? വിവരങ്ങൾ അപ്ഡേറ്റ് ചെയ്യേണ്ടതുണ്ടോ? ബിസിനസിന്റെ വോയ്സും ഫുട്പ്രിന്റും മെച്ചപ്പെടുത്തേണ്ടതുണ്ടോ?

മുകളിൽ പറഞ്ഞ ഡിജിറ്റൽ ചാനലുകളിൽ നിങ്ങൾ ഏതൊക്കെയാണ് ഉപയോഗിക്കുന്നത്? വരും മാസങ്ങളിൽ നിങ്ങൾ ഏതൊക്കെയാണ് ഉപയോഗിക്കാൻ പോകുന്നത്? നിങ്ങൾക്ക് സ്വന്തമായ, പെയ്ഡായ, ആർജിതമായ എന്തെല്ലാം മീഡിയകളാണുള്ളത്.

അപ്പോൾ കുറച്ചുകൂടി വ്യക്തതയോടെ ഡിജിറ്റൽ മാർക്കറ്റിംഗ് തുടരുക....

12

ആമസോണിൽ നിങ്ങളുടെ ഉൽപ്പന്നം എങ്ങനെ വിൽക്കാം?

ആമസോൺ നേരിട്ട് ഒരു ഉൽപ്പന്നവും വിൽക്കുന്നില്ലെന്നതാണ് യാഥാർത്ഥ്യം. എല്ലാ ഉൽപ്പന്നങ്ങളും മറ്റൊരാളുടേത്. അപ്പോൾ അവസരങ്ങളുടെ കൂമ്പാരമാണ് ലോകത്ത് എല്ലായിടത്തുമുള്ളവർക്കായി ആമസോൺ തുറന്നുവച്ചിരിക്കുന്നത്. നിങ്ങളുടെ ബിസിനസ് ചെറുതോ വലുതോ ആയിക്കോട്ടേ, ആമസോണിൽ നിങ്ങൾക്കിടമുണ്ട്.

ആമസോണിലൂടെ വരുമാനം നേടാം

ഓൺലൈൻ സെല്ലിങ് എന്നതിന് ഇന്ന് ഒരു വിശദീകരണം ആവശ്യമില്ല. കാരണം കൊച്ചു കുട്ടികൾക്ക് വരെ ഓൺലൈനിൽ സാധനങ്ങൾ വാങ്ങാൻ ഇന്ന് അറിയാം. ലോകത്തിൽ തന്നെ ഏറ്റവും കൂടുതൽ ഓൺലൈൻ വില്പന നടത്തുന്ന സൈറ്റാണ് ആമസോൺ. അമേരിക്ക ആസ്ഥാനമായി ജെഫ് ബെസോസ് സ്ഥാപിച്ച ആമസോൺ ഇന്ന് ലോകമെമ്പാടും 180ലധികം രാജ്യങ്ങളിൽ സാധനങ്ങൾ വിൽക്കുന്നു. വൻകിട വിൽപ്പനക്കാർ മുതൽ വീട്ടിൽ ഒറ്റമുറിയിൽ ഉത്പന്നങ്ങൾ ഉണ്ടാക്കുന്നവർ വരെ ആമസോണിലൂടെ സാധനങ്ങൾ വിറ്റു വരുമാനം നേടുന്നു. അപ്പോൾ നിങ്ങളും വിചാരിക്കും എനിക്കും ആമസോണിലൂടെ ഓൺലൈനായി സാധനങ്ങൾ വിൽക്കാൻ സാധിക്കുമോ?? തീർച്ചയായും. നിങ്ങളുടെ ഉത്പന്നം ചെറുതോ വലുതോ ആകട്ടെ. നിങ്ങൾക്ക് ആമസോണിൽ ഒരു സെല്ലർ അക്കൗണ്ട് തുടങ്ങി സാധനങ്ങൾ വിൽക്കാൻ സാധിക്കും. അത് എങ്ങനെ, അതിനായി എന്തൊക്കെ കാര്യങ്ങൾ ആവശ്യമുണ്ട് എന്ന് വിശദീകരിക്കാം.

ആമസോൺ എഫ്.ബി.എ

Fulfilled - by - Amazon (FBA) എന്നാണ് എഫ്.ബി.എയുടെ പൂർണരൂപം.

ആദ്യം നിങ്ങളുടെ ഉൽപ്പന്നങ്ങൾ ആമസോണിന് അയച്ചുകൊടുക്കും. ഇത് അവരുടെ ഫുൾഫിൽമെന്റ് കേന്ദ്രങ്ങളിൽ സൂക്ഷിക്കും. റോബോട്ടുകളും തൊഴിലാളികളുമടക്കം ഏക്കർ കണക്കിന് സ്ഥലത്തുള്ള ഗോഡൗണാണ് ഫുൾഫിൽമെന്റ് കേന്ദ്രങ്ങൾ.
പിന്നീട്, നിങ്ങളുടെ ഉൽപ്പന്നങ്ങൾ ഇൻവെന്ററി ചെയ്ത് സൂക്ഷിക്കും. ആമസോണിന്റെ ഭാഗത്തു നിന്നാണ് ഉൽപ്പന്നങ്ങൾ കേടുപാടു പറ്റിയതെങ്കിൽ, മുഴുവൻ തുകയും തിരിച്ചുതരും.

നിങ്ങളുടെ ഉൽപ്പന്നം സ്റ്റോർ ചെയ്ത അതാതു സ്ഥലത്തു നിന്ന് എടുക്കുന്നു, ആമസോണിന്റെ ബോക്സിലേക്ക് പാക്ക് ചെയ്യുന്നു, ഉപഭോക്താവിന് ഷിപ്പ് ചെയ്യുന്നു. ഉൽപ്പന്നം ഉപഭോക്താവിലേക്ക് എത്തുന്നതു വരെ ഷിപ്പിംഗ് തുടങ്ങി എല്ലാ കാര്യങ്ങളും ആമസോൺ തന്നെ ഉറപ്പുവരുത്തുന്നു. എന്ത് ആവശ്യമുണ്ടെങ്കിലും ആമസോൺ തന്നെ നിറവേറ്റും.

ആമസോൺ സെല്ലറായാൽ നിങ്ങൾ ചെയ്യേണ്ടത് മൂന്നു കാര്യങ്ങളാണ്. ഒന്ന്, വിൽപ്പനയ്ക്കുള്ള ഉൽപ്പന്നം കണ്ടെത്തണം.

രണ്ട്, ഇൻവെന്ററി ചെയ്ത സാധനങ്ങൾ സ്റ്റോക്ക് എത്തിക്കണം. വിൽപ്പനയ്ക്കനുസരിച്ച് ഉൽപ്പന്നങ്ങൾ ഫുൾഫിൽമെന്റ് കേന്ദ്രങ്ങളിൽ എത്തിക്കണം. മൂന്ന്, പ്രമോഷനും പരസ്യവും. ആമസോണിൽ നിങ്ങളുടെ ഉൽപ്പന്നം മാത്രമല്ല ഉള്ളത്. കോടിക്കണക്കിന് ഉൽപ്പന്നങ്ങൾക്കിടയിൽ നിങ്ങളുടേത് വിറ്റുപോവണമെങ്കിൽ പ്രൊമോഷനും പരസ്യവും ചെയ്യേണ്ടിവരും.

എത്ര ചെലവാകും? ആമസോൺ എഫ്.ബി.എയിൽ കച്ചവടം തുടങ്ങാൻ താരതമ്യേന ചെറിയ ചിലവു മതി. രണ്ടുതരം സെല്ലർ അക്കൗണ്ടുകളാണ് ഇതിനായുള്ളത്. ഇൻഡിവിജ്വൽ, പ്രൊഫഷണൽ എന്നിങ്ങനെ. ഇൻഡിവിജ്വൽ അക്കൗണ്ട് തുറക്കാൻ സൗജന്യമാണെങ്കിലും ഉയർന്ന വിൽപ്പന ഫീ നൽകേണ്ടി വരും. പ്രൊഫഷണൽ അക്കൗണ്ടിന് പ്രതിമാസം 39.95 യു.എസ് ഡോളർ നൽകണം. മാസത്തിൽ 40 ൽ കൂടുതൽ ഉൽപ്പന്നങ്ങൾ വിൽക്കാനാവുമെങ്കിൽ പ്രൊഫഷണൽ അക്കൗണ്ടാണ് നല്ലത്. മെല്ലെ തുടങ്ങാനാണ് പദ്ധതിയെങ്കിൽ ഇൻഡിവിജ്വൽ അക്കൗണ്ട് മതി.

ആമസോൺ ഫീസ് കച്ചവടം നടന്നാൽ ആമസോൺ ഫീ ഈടാക്കും. ഏതാണ്ടെല്ലാ കാറ്റ ഗറിയിലുള്ള ഉൽപ്പന്നങ്ങൾക്കും 15 ശതമാനം റഫറൽ ഫീ ഈടാക്കും. നിങ്ങളുടെ

ഉൽപ്പന്നങ്ങളുടെ പാക്കേജ്, ഷിപ്പിംഗ്, സർവീസ് തുടങ്ങിയവയ്ക്കാണ് ഫീ ഈടാക്കുന്നത്. നിങ്ങൾ സ്വയം ചെയ്യുകയാണെങ്കിലുള്ള തുകയേക്കാളും ഇത് കുറവായിരിക്കും.

ബുക്ക്, ഡി.വിഡി തുടങ്ങിയ വിഭാഗങ്ങളിൽ അധിക നിരക്ക് ഈടാക്കും. ഇൻഡിവിജ്വൽ സെല്ലർ പ്ലാനാണ് തെരഞ്ഞെടുക്കു ന്നതെങ്കിൽ പ്രൊഫഷണലിനെ അപേക്ഷിച്ച് ഒരു ഡോളർ അധിക നിരക്ക് ഈടാക്കും. നിങ്ങ ളുടെ ഉൽപ്പന്നം ആമസോൺ ഫുൾഫിൽമെന്റ് കേന്ദ്രത്തിൽ കൂടുതൽ കാലം കെട്ടിക്കിടന്നാൽ കൂടുതൽ സ്റ്റോറേജ് ഫീ നൽകേണ്ടി വരും.

ആമസോൺ സെല്ലർ രജിസ്ട്രേഷൻ എങ്ങനെ?

ആമസോണിന്റെ വെബ്സൈറ്റിൽ സെല്ലർ സൈൻ അപ്പ് പേജിൽ *'Register Now'* എന്ന മഞ്ഞ ബോക്സിൽ ക്ലിക്ക് ചെയ്താൽ രജിസ്ട്രേഷൻ നടപടിയിലേക്കു കടക്കാം. ഇതിനായി നിങ്ങളുടെ ബിസിനസിന്റെ അടിസ്ഥാന വിവരങ്ങൾ നൽകേണ്ടിവരും. അതെന്തൊക്കെയാണെന്നു നോക്കാം.

ആമസോണിൽ ഒരു സെല്ലറായി രജിസ്റ്റർ ചെയ്യുന്നതിന് ആദ്യം *https://sell.amazon.in/* എന്ന സൈറ്റ് സന്ദർശിക്കണം. അവിടെ

രജിസ്റ്റർ ചെയ്യാനുള്ള ലിങ്ക് കൊടുത്തിട്ടുണ്ടാകും. ലിങ്കിൽ ക്ലിക്ക് ചെയ്യുന്നതിന് മുൻപ് നിങ്ങളുടെ പക്കൽ ഈകാര്യങ്ങൾ ഒക്കെ ഉണ്ടെന്ന് ഉറപ്പ് വരുത്തണം.

1. ആക്റ്റീവായ ഒരു മൊബൈൽ നമ്പർ
2. GST നമ്പർ
3. പാൻ കാർഡ്
4. ബാങ്ക് അക്കൗണ്ട്
5. ഇമെയിൽ ഐഡി

ബിസിനസിന്റെ പേര്

നമ്മുടെ കമ്പനി രജിസ്ട്രേഷനും കമ്പനിയുടെ സ്വഭാവവും ആമസോൺ സെല്ലിംഗിൽ പ്രധാനമാണ്. ലിമിറ്റഡ് ലയബിലിറ്റി പാർട്ണർഷിപ്പ് (എൽ.എൽ.പി), വൺ പേഴ്സൺ കമ്പനി (ഒ.പി.സി), പ്രൈവറ്റ് ലിമിറ്റഡ് കമ്പനി ഇവയിൽ ഏതിലെങ്കിലും രജിസ്റ്റർ ചെയ്യുന്നതാണ് ഈ രംഗത്തുള്ളവർ ശുപാർശ ചെയ്യുന്നത്. ലിമിറ്റഡ് ലയബിലിറ്റി സുരക്ഷ നൽകുന്നതിനാലും തുടങ്ങാൻ എളുപ്പമായതിനാലുമാണത്.

ആമസോൺ പോലുള്ള പോർട്ടലുകളിൽ വിൽപ്പന നടത്തുമ്പോൾ സ്വാഭാവികമായും

പ്രൊമോട്ടർക്ക് ബാധ്യത കടന്നുവരാൻ സാധ്യതയുണ്ട്. അപ്പോഴുള്ള പ്രതിസന്ധി മറികടക്കാനും ലിമിറ്റഡ് ലയബിലിറ്റി സഹായകരമാവും. രജിസ്റ്റേർഡ് ബിസിനസിന്റെ പേരിലാണ് ആമസോൺ സെല്ലറായി രജിസ്റ്റർ ചെയ്യുന്നതെങ്കിൽ മുഴുവൻ വിവരങ്ങളും നൽകണം. അല്ലെങ്കിൽ പ്രൊപ്രൈറ്ററുടെ പേരുവച്ചും ചെയ്യാം.

അഡ്രസും ഫോൺ നമ്പറും

ബിസിനസ് രജിസ്റ്റർ ചെയ്ത അഡ്രസും സ്ഥലവും അതാത് സ്ഥലത്ത് നൽകണം. വോയ്സ് കോൾ, എസ്.എം.എസ് സംവിധാനമുള്ള മൊബൈൽ നമ്പറും നൽകണം. വെരിഫിക്കേഷൻ സമയത്ത് ഈ നമ്പറാണ് ഉപയോഗിക്കുക. ജി.എസ്.ടി രജിസ്ട്രേഷൻ. ജി.എസ്.ടിക്കു കീഴിൽ വരാത്ത ഉൽപ്പന്നങ്ങൾ വിൽക്കാൻ ജി.എസ്.ടി നമ്പർ നൽകണമെന്നില്ല. എന്നാൽ, മറ്റ് ഉൽപ്പന്നങ്ങൾക്കെല്ലാം ഇതാവശ്യമായി വരും. ആമസോണിലും ഈ ഉൽപ്പന്നങ്ങൾ വിൽക്കാൻ ജി.എസ്.ടി.എൻ നമ്പർ ആവശ്യമാണ്.

ബാങ്ക് എക്കൗണ്ട് വിവരങ്ങൾ

ബാങ്ക് എക്കൗണ്ട് ഉടമയുടെ പേര്, ബാങ്ക് എക്കൗണ്ട് നമ്പർ, ബാങ്ക് ഐ.എഫ്.എസ്.സി കോഡ്, എക്കൗണ്ട് ടൈപ്പ് എന്നീ വിവരങ്ങളാണ് ആമസോൺ സെല്ലറായി രജിസ്റ്റർ ചെയ്യാൻ ബാങ്കിൽ നിന്ന് ആവശ്യം.

<u>ആമസോൺ രജിസ്ട്രേഷൻ ഘട്ടങ്ങൾ</u>

1. *https://services.amazon.com/* ഈ ലിങ്കിൽ കയറുക.

2. *Start Selling* എന്ന ബട്ടണിൽ ക്ലിക്ക് ചെയ്യുക.

പിന്നീട് തുറന്നുവരുന്ന പാനലിൽ ഉള്ള ഘട്ടങ്ങൾ പൂർത്തിയാക്കണം. കൃത്യമായ വിവരങ്ങൾ വേണം ഇവിടെയെല്ലാം നൽകാൻ.

1. നിങ്ങൾക്ക് നിലവിൽ ആമസോണിൽ അക്കൗണ്ട് ഉണ്ടെങ്കിൽ ആ ഇമെയിൽ ഐഡി അല്ലെങ്കിൽ മൊബൈൽ നമ്പർ ഉപയോഗിച്ച് ലോഗിൻ ചെയ്യാവുന്നതാണ്.

2. ഇനി അക്കൗണ്ട് ഇല്ലെങ്കിൽ 'Create account' ഓപ്ഷനിൽ ക്ലിക്ക് ചെയ്ത് അക്കൗണ്ട് ഉണ്ടാക്കാം.

3. അതിന് ശേഷം GST ഫോമിൽ എങ്ങനെയാണോ നിങ്ങളുടെ കമ്പനിയുടെ പേര് ഉള്ളത് അത് തന്നെ നൽകുക

4. അതിന് ശേഷം ഒടിപിയിലൂടെ മൊബൈൽ നമ്പർ വെരിഫൈ ചെയ്യുക

5. നിങ്ങളുടെ കടയുടെ അല്ലെങ്കിൽ ബിസിനസിന്റെ പേര്, ഉത്പന്നങ്ങളുടെ പേര്, വിലാസം എന്നിവ നൽകുക.

6. നിങ്ങളുടെ GST, പാൻ കാർഡ് വിവരങ്ങൾ കൊടുക്കുക

7. ഡാഷ്ബോർഡിലുള്ള ' PRODUCTS TO SELL' എന്ന ഓപ്ഷൻ സെലക്ട് ചെയ്ത

ശേഷം നിങ്ങളുടെ ഉത്പന്നങ്ങൾ ലിസ്റ്റ് ചെയ്യുക.

8. നിങ്ങളുടെ ഉത്പന്നത്തിന്റെ പേരോ ബാർകോഡോ നിലവിലുള്ള കാറ്റലോഗിൽ തിരയുക

9. കാറ്റലോഗിൽ നിങ്ങൾ വിൽക്കാൻ ഉദ്ദേശിക്കുന്ന ഉത്പന്നത്തിന്റെ വിവരങ്ങൾ ഇല്ലെങ്കിൽ പുതിയ ലിസ്റ്റിംഗ് കൊടുക്കാൻ *''I'm adding a product not sold on Aamzon'* എന്ന ഓപ്ഷൻ കൊടുക്കുക

10. ശേഷം ഉത്പന്നത്തിന്റെ വില, ഗുണ നിലവാരം, ഷിപ്പിംഗ് വിവരങ്ങൾ എന്നിവ കൊടുക്കുക.

11. ശേഷം 'സേവ് & ഫിനിഷ് എന്ന ഓപ്ഷനിൽ ക്ലിക്ക് ചെയ്യുക.

12 . ഇതിന് ശേഷം നിങ്ങളുടെ സെല്ലിങ്

ഡാഷ്ബോർഡിൽ പോയി കൂടുതലായി എന്തെങ്കിലും വിവരങ്ങൾ നൽകാൻ ഉണ്ടെങ്കിൽ അവ കൊടുത്ത ശേഷം നിങ്ങളുടെ ഡിജിറ്റൽ സിഗ്നേച്ചർ അപ്ലോഡ് ചെയ്യുക.

13. ശേഷം 'Launch your business' എന്ന ഓപ്ഷനിൽ ക്ലിക്ക് ചെയ്യുക.

ഇത്രയും കാര്യങ്ങൾ ചെയ്തെങ്കിൽ നിങ്ങൾക്കും ആമസോണിലൂടെ വരുമാനം നേടാനാകും.

13

സൗജന്യ ഓൺലൈൻ സർട്ടിഫിക്കറ്റ് കോഴ്സുകൾ

<u>സൗജന്യ ഓൺലൈൻ സർട്ടിഫിക്കറ്റ് കോഴ്സുകൾ</u>

നിരവധി മേഖലകളിൽ പ്രവീണ്യം നേടാൻ ഈ ഓൺലൈൻ കോഴ്സുകൾ

നിങ്ങൾക്കു പഠിക്കാം. നിരവധി ഭാഷകളും ഓൺലൈൻ ആയി സൗജന്യമായി പഠിക്കാം. താഴെ കാണുന്ന ലിങ്ക് ഉപയോഗിച്ച് നിങ്ങളുടെ ഓൺലൈൻ പഠനം ആരംഭിക്കുക.

FREE CERTIFICATE COURSES COURSES

Alison is one of the world's largest free learning platforms for education and skills training. It is a for-profit social enterprise dedicated to making it possible for anyone, to study anything, anywhere, at any time, for free online, at any subject level. Through their mission, they are a catalyst for positive social change, creating opportunity, prosperity, and equality for everyone.

From Art to Zoology, Alison has thousands of free online courses and is adding more all the time. We seek out experts in their field to design learning material that is comprehensive, broken down into manageable chunks and gives you a series of achievable learning outcomes. Our online courses strive to provide interactive and rich studying experience.

https://alison.com/user/2939670

14

ഒരു മുതൽമുടക്കും ഇല്ലാതെ ഒരു ധനകാര്യ സ്ഥാപനം തുടങ്ങാം

നിങ്ങളുടെ നാട്ടിൽ ഫിനാൻസ് മേഖലയിൽ ഒരു മുതൽമുടക്കും ഒരു രജിസ്ട്രേഷൻ ചാർജ്ജും ഇല്ലാതെ ഒരു ധനകാര്യ സ്ഥാപനം തുടങ്ങാൻ താല്പര്യപെടുന്നുണ്ടോ..??

Visit & Register as Loan DSA : https://www.dealsofloan.com/

യാതൊരുവിധ ഡെപ്പോസിറ്റുകളോ രജിസ്ട്രേഷൻ ഫീസ് മറ്റു ചാർജുകൾ ഒന്നുമില്ല

https://www.dealsofloan.com/

DealsoFloan has an advanced FinTech platform that is integrated with leading banks and NBFCs, We provide fulfillment services for a wide range of financial products including loans, credit cards, and bank accounts. As a partner, you get access to our platform through the partner mobile app and partner portal. We enable you to fulfill every financial need of your customer. Our partners get the best commission in the market under Privilege Partner program.

There is no limit for becoming DealsofLoan DSA Partner. Anyone of Indians between 18+ to 65 years of age can register as a partner with us.

They need minimal documentation from your side to become partner that includes Aadhar Card, PAN Card, Cancelled Cheque, A Photograph, Address Proof

On Lead conversion i.e once Loan Application Disbursed from Bank/ NBFCs you will get Paid as per the payout cycle digitally.

Currently Dealsofloan is offering more than 15+ financial products like Personal Loan, Business Loan, Home Loans, Mortgage Loan, Credit Cards, etc.

They take minimal Partner DSA subscription charges. We do not charge anything in cash or hidden charges for loan application or approval.

Your payout will be directly credited to your bank account.

Register on our website or download our partner mobile app and register. Choose free program.

Exuberant Systems Private Limited,

5ᵗʰ Floor, Building - 2, Mayfair Tower, Wakdewadi, Shivaji Nagar, Near Wakdewadi Petrol Pump, Pune 411005 (+91) 87108 71040
(Call Timing -Monday to Saturday -10 AM to 6 PM) care@dealsofloan.com

Why Dealsofloan is Best Platform for Work From Home Model:

Dealsofloan is the pioneer to start "work from home" concept for selling of financial products in 2010 years in India, with its referral income DSA registration program, till now more than One lakh referral users have been registered on DOL platform to start as work from home agents/ users & they got more than Rs 10 crore amount as referral commission paid by DOL. We have the correct loan solution for DSA if your client has a particular working capital need. Choose from a wide range of quick, hassle-free loans customized to the different requirements. they have a no. of loan products like home loan, personal loan, business loan, car loan, gold loan ,LAP, home loan balance transfer etc. Now DOL is offering highest pay-out/ referral commission on the basis of leads success, to know more register yourself with DOL Partner App and start your career instantly.

How do I start Work from home career with financial sector as a Loan DSA?

Currently our country is full of with great opportunities, so we do not need to worry about our career at this tough time, they should be optimistic and opportunist, so what if we lost our job in the recession or slowdown due to covid 19 pandemic in India! don't worry about your job, you can start your career with work from home concept to sale various financial products online or digitally just sitting at your home as a Loan DSA/ DSA Agent. Here we create a stepwise workflow to start work from home business/ job..

www.ingramcontent.com/pod-product-compliance
Lightning Source LLC
Chambersburg PA
CBHW051133160726
47997CB00019B/2354

9798889866640